கிளை நதி

கலை - ஆளுமைகள் - அவதானங்கள்

இளங்கோ கிருஷ்ணன்

யாவரும்
பப்ளிஷர்ஸ்

The views and opinions expressed in this book are the author's own. The facts contained herein were reported to be true as on the date of publication by the author to the publishers of the book, and the publishers are not in any way liable for their accuracy or veracity.

- கிளை நதி ● அபுனைவு ● இளங்கோ கிருஷ்ணன் ©
- முதல் பதிப்பு : ஆகஸ்ட் 2023
- Kiḷai nati ● Non-fiction ● Ilango krishnan ©
- First Edition : August 2023
- Pages : 206 ● Price : ₹ 250/-
- ISBN : 978-81-19568-02-4

Released by :

M/s. Yaavarum Publishers,
24, Shop no - B, S.G.P Naidu Complex,
Dhandeeswaram Bus Stop
Opp: Bharathiar Park
Velachery Main Road
Velachery, Chennai - 600 042

90424 61472 / 98416 43380
editor@yaavarum.com
Url : www.yaavarum.com; www.be4books.com

Designed by :
Y Creations

All rights, including professional, amateur, motion pictures, recitation, public reading, broadcasting and the rights of translation into foreign languages are strictly reserved. No part of this book may be reproduced in whole or in part or utilized in any form or by any means electronic or mechanical, including photocopying, recording or by any information storage and retrieval system now known or hereafter invented, without the prior written permission of the author/publisher.

ப்ரியசகி பரமுவுக்கு...

இளங்கோ கிருஷ்ணன்

பா.இளங்கோவன் என்ற இயற்பெயர் கொண்ட இளங்கோ கிருஷ்ணன் இலக்கியம், இதழியல், திரைப்படம் என மூன்று வெளிகளில் இயங்கிக்கொண்டிருப்பவர். குறிப்பாக இலக்கியத்தில் கவிதை, சிறுகதை, நுண்கதை என்ற படைப்பாக்க வடிவங்களிலும் விமர்சனத்திலும் இயங்கிவருபவர். தத்துவம், வரலாறு, சமூகவியல் ஆகிய துறைகளிலும் இவர் பங்களித்துள்ளார். இயக்குநர் மணிரத்தினத்தின் பொன்னியின் செல்வன் திரைப்படத்தில் பாடலாசிரியாகத் தொடங்கியுள்ளது இவரது திரைப்பயணம்.

ஆசிரியரின் பிற நூல்கள் :

1. காயசண்டிகை
2. பட்சியன் சரிதம்
3. பஷீருக்கு ஆயிரம் வேலைகள் தெரியும்
4. மருதம் மீட்போம்
5. வியனுலகு வதியும் பெருமலர்
6. பூர்ணமையூறிய செவ்வரிக் கயல்

தொடர்புக்கு : ilango.krishnan@gmail.com

எழுத்தாளரின் சமையலறை

அறிமுகமற்ற ஓர் எழுத்தாளர், அவர் எந்த நாட்டை, மொழியை சேர்ந்தவராகவோ இப்போதும் எழுதிக்கொண்டு இருப்பவராகவோ அல்லது ஏற்கனவே இறந்துவிட்ட ஒருவராகவோ இருக்கலாம். அவருடைய படைப்பை எடுத்து வைத்துக்கொண்டு எதிர்பார்ப்பு எதுவுமின்றி நாம் வாசிக்கத் தொடங்குகிறோம். இடையில் ஒரு வரியை, பத்தியை அல்லது பக்கத்தை படித்ததும் தொடர்ந்து மேலே கடந்து செல்லமுடியாமல் மனம் தடுக்கி சில கணங்கள் எதுவும் செய்யவியலாது நின்றுவிடுகிறோம். அப்பொழுது வாசித்த அந்தப் பகுதியில் எதோ ஒரு விதத்தில் நம்மை அந்தரங்கமாக நாம் அடையாளம் காண்கிறோம். அந்த அதிர்ச்சியிலிருந்து உருவானதுதான் நமது திகைப்பு. பிறகு தொடர்ந்து வாசிக்கும்போது அந்த எழுத்தோடு உள்ளும் புறமுமாக நாம் ஒன்றிவிடுகிறோம். அதன் விளைவாக நாம் நேரில் ஒருபோதும் பார்த்திராத அவ்வெழுத்தாளர், நெடுநாள் பழகிய ஒருவரைப்போல நமக்கு நெருக்கமானவராக ஆகிவிடுகிறார். இந்த விந்தை அல்லது அற்புதம் ஒருவரது எழுத்தில் நிகழவேண்டுமாயின் அவ்வெழுத்தாளர் தனது வாசிப்பின் வழியாகவும் வாழ்க்கை அனுபவத்தின் ஊடாகவும் எவ்வளவு அறிந்திருக்கவும் அலைந்திருக்கவும் வேண்டும் என்பதை அவ்வளவு எளிதாக நாம் அறுதியிட்டுக் கூறிவிட முடியாது.

நாம் விரும்பிச் சுவைத்த ஒரு படைப்பின் ருசியைக் கொண்டு ஒரு எழுத்தாளரின் கைப்பக்குவத்தை வியந்தும் விதந்தும் எவ்வளவோ கூறலாம். ஆனால் அவரது அந்த பிரத்யேகமான சமையலறையை எட்டிப் பார்த்தால்தான் படைப்புச் செயல்பாடு என்பது எவ்வளவு சவாலான காரியம் என உணரவியலும். அங்கே அலமாரித் தட்டுகளில் அடுக்கி வைத்திருக்கும் சிறிதும் பெரிதுமான கலயங்களில் சேமித்து வைத்திருக்கும் கச்சாப்பொருட்களின்றும் எதையெல்லாம் எடுத்து எவ்வளவு சேர்த்து எவ்வகையில் சமைப்பது என்பதை அவ் எழுத்தாளருமே கூட எழுதத்தொடங்கும் முன் அவ்வளவு திட்டவட்டமாக அறியமாட்டார்.

கவிஞர் என பிரதானமாக அறியப்பட்டாலும் இளங்கோ புனைவில் மட்டுமல்லாமல் தத்துவம், வரலாறு, சமூக அரசியல், விமர்சனம் என எழுத்தின் பல வகைமைகளிலும் தீவிரமான ஈடுபாட்டோடு இயங்கிவருபவர்.

அவருடைய எழுத்துகளின் பின்புலமாக இருக்கும் அவரது படைப்பு மனதின் ஆர்வங்கள் என்னென்ன? அதன் ஆதாரமான அக்கறைகள் எவை? அவற்றின் நிலை கொள்ளவியலாத அலைச்சல்கள் எதனால்? என்பதையெல்லாம் பற்றி உய்த்துணர உதவும் ஒரு குறுக்குவெட்டுச்சித்திரம் போல் அமைந்திருக்கிறது இக் கட்டுரை நூல்.

நவீன இலக்கியவாதிகள் இறுகிய முகமுடையவர்கள். அவர்களுக்கு அவ்வளவாக சிரிக்கத்தெரியாது. அறிந்துகொள்ள கடினமான விஷயங்களைக் குறித்து, புரிந்துகொள்ள சிரமமான மொழியில், திருகலான நடையில் எழுதுபவர்கள் என்கிற பொதுப்புத்தி சார்ந்த அபிப்பிராயங்களுக்கு நேரெதிரான வகையில் இக்கட்டுரைகள் எழுதப்பட்டிருக்கின்றன. ஒரு வாசகன் தன் உள்ளத்தை திறந்து காணக்கூடிய ஒரு வரியை எழுதுவதற்காக, ஓர் எழுத்தாளன் தன்னை தயாரித்துக்கொள்ள எவ்வளவு பிரயாசைப்பட வேண்டியிருக்கிறது என்பதை அறிய இவை உதவும். இவற்றில் தான் பழகி அறிந்த ஆளுமைகள், படித்த நூல்கள், பார்த்த திரைப்படங்கள், பாதித்த சமூக வரலாற்றுத் தருணங்கள் எல்லாவற்றைப் பற்றியும் இளங்கோ தனது பார்வையை சுருக்கமாகவும் சுவாரசியமாகவும் முன் வைத்திருக்கிறார். முக்கால் பக்கத்திலிருந்து மூன்றுக்கும் அதிகமான பக்கங்கள் வரை நீளும் இந்த கட்டுரைகளில் விமர்சனம், வேடிக்கை, விஷய ஞானம், வெகுளி என எல்லாமும் அடங்கியுள்ளன. முகநூலில் அவ்வப்போதைய மனநிலைக்குத் தக, உடனடி வாசிப்பிற்காக எழுதப்பட்டவை என்பதால் இக்கட்டுரைகள் வாசகர்களை வெருட்டாதவொரு சரளமான நடையில் அமைந்திருக்கின்றன. அளவில் சிறியவை எனினும் ஆர்வமுடைய வாசகனுக்கு இவை ஒவ்வொன்றும் ஒரு ஊடுவழி போன்றவை. பிடித்த பாதையில் உள்நுழைந்து மேலும் தேடிப்போவானெனில் அது ஆயுளுக்குமானதொரு பயணமாக நீளவும் கூடும்.

— க.மோகனரங்கன்

கிளை நதியின் கரையில்...

என் அகம் முழுதுமாக எப்போதும் நிறைந்திருப்பது இலக்கியம்தான். பதினைந்து வயதில் தொடங்கிய பழக்கம் இது. சதா காலமும் நான் அது குறித்து மட்டுமே சிந்தித்துக்கொண்டிருப்பேன். அது எனக்கு கசந்ததே இல்லை. சலித்துவிட்டது என்று நான் வேறு எதையும் தேடியதும் இல்லை. உண்மையில் நான் லாகிரியைத் தேடுவது ஊர் ஊராய் அலைவது புதியவர்களைச் சந்திப்பது அனைத்துமே இலக்கியத்தோடு இருக்கவும் இலக்கியத்தில் இருக்கவும்தான். அப்படித்தான் முகநூலுக்கு வந்தேன். என்னளவில் முகநூலில் இருப்பது என்பது இலக்கியத்தில் இருப்பதுதான். இலக்கியத்தை ஓர் இடமாக உருவகித்தால் முகநூல்தான் அவ்விடம் என்று எப்போதும் நினைத்துக்கொள்வேன். என் அகம் முகநூலில் நுழைவதை இலக்கியத்தில் நுழைவதாகவே கருதுகிறது.

நான் இயல்பில் எவ்வளவு விளையாட்டுத்தனமானவனோ அவ்வளவு தீவிரமானவனும்தான். அதனால்தான் என் முகநூல் பதிவுகளில் வேடிக்கையும் தீவிரமும் பகடியும் தர்க்கமும் ஒன்றோடு ஒன்று முயங்கிக் கிடக்கின்றன. இந்த நூலில் சில தீவிரமான முகநூல் பதிவுகளை எல்லாம் திரட்டிச் சேர்த்திருக்கிறேன். இவை சுமார் பத்தாண்டு காலத்தில் நான் எழுதியதின் ஒரு பகுதி. வேறு வேறு காலத்தில் எழுதியதால் இதில் சிலவற்றில் தொடர்ச்சி இருக்கும். சில பதிவுகள் தனியாய் இருக்கும். சில உதாரணங்கள், சில சித்திரங்கள் திரும்பத் திரும்ப வரும். வேறு வேறு தருணங்களில் எழுதியவற்றைத் தொகுப்பதில் இருக்கும் சிக்கல் இது. வாசகர் புரிந்துகொள்ள வேண்டுகிறேன்.

இலக்கியச் செயல்பாடு என்பது படைப்பு, உரையாடல், அரட்டை என முப்பண்பு உடையது. படைப்பு என்பது ஒரு கலைஞனின் சுய சிருஷ்டி. உரையாடல் என்பது அப்படிப் படைக்கப்பட்டவை பற்றிய பேச்சுகள். இதனை விமர்சனம், மதிப்புரை, அறிமுகவுரை எனப் பிரிக்கலாம். அரட்டை என்பது மேலோட்டமானது. எவ்வளவு உயரிய தளத்தில் உயர்வான விஷயங்களைப் பற்றிப் பேசும்போதும் அரட்டையின் பண்பு மேலோட்டமானதே. நேரக்கொல்லி அது போல் பிறிதில்லை. ஆனால், அரட்டையில்லாமல் இலக்கியச் செயல்பாடு மட்டுமில்லை. மானுட இயக்கமே கிடையாது.

இந்த நூலில் உரையாடல் வகையிலான குறிப்புகள் இருக்கின்றன. உரையாடல் என்பது இலக்கிய இயக்கத்துக்கு முதன்மையானது. அது இல்லாமல் இலக்கியம் ஓர் இயக்கமாகாது. அதே சமயம் உரையாடல் இலக்கியத்தின் போக்கை முழுமையாகத் தீர்மானிக்கவும் செய்யாது. அதன் எல்லை வரையே அதனால் இலக்கியத்தை பாதிக்க முடியும். ஒரு கிளை நதி போல் இலக்கியம் என்ற மைய நீரோட்டத்துக்கு இணையாகப் பயணிக்கும் ஆறு அது. அதனால்தான் இந்நூலுக்கு கிளை நதி என்று பெயரிட்டேன். ஒருவகையில் முகநூல் என்பதும் சமூக நீரோட்டத்தின் கிளைநதிதானே. அவ்வகையிலும் இத்தலைப்பு பொருத்தம்தான்.

ஆளுமைகள் பற்றிய பதிவுகள், அஞ்சலிக் குறிப்புகள், நூல் அறிமுகங்கள், திரைப்படம் பற்றிய குறிப்புகள், கலை பற்றிய அவதானங்கள், வேடிக்கைக் குறிப்புகள் என பலவகையான குறிப்புகள் இதில் உள்ளன.

பரமு என் ஆத்ம தோழி. அவருக்கு இந்நூலை சமர்ப்பிப்பதில் மகிழ்ச்சியடைகிறேன். இந்நூலுக்கு மெய்ப்புப் பார்த்து இதனைச் செம்மையாக்க உதவிய இல.சுபத்திராவுக்கும் வெளியிடும் யாவரும் பதிப்பகத்துக்கும் என் நன்றிகள்.

அன்புடன்
— இளங்கோ கிருஷ்ணன்
17.07.2023

பொருளடக்கம்

1.	எது இலக்கியம்?	11
2.	பர்ட்டன்... சாகசங்களின் நாயகன்	17
3.	மேதமையும் பித்துக்குளித்தனமும்	21
4.	வான்கோவின் பூட்ஸ் ஓவியம்	24
5.	குந்தர் கிராஸின் காளி	26
6.	எழுத்தும் திருட்டும்	28
7.	படைப்பு எனும் குற்றம்	29
8.	பாடும் பறவை ஒன்றைக் கொலை செய்தல்	33
9.	புலியின் தனிமை	37
10.	மனிதன் எனும் நல்லவன்!	40
11.	நான் அவனல்ல	43
12.	நான் உங்களின் கனவுகளைக் கனாக் கண்டவன்	45
13.	ஜரதுஷ்ட்ராவும் கலைஞனும்	50
14.	குட்டிச்சாத்தான்	52
15.	கவிதை என்பது...	57
16.	புலியா... பெண்ணா?	58
17.	எரியும் பெண்	61
18.	ஹரால்ட் ப்ளூமும் விமர்சன மரபும்	64
19.	அமிதாப்பும் க.நா.சுவும்	67
20.	மொழிபெயர்ப்பா முழி பெயர்ப்பா?	68
21.	மானுடத்தின் கை மலர்கள்	70
22.	கனவுப்புலிகள்	72
23.	ஒரு ரோஜாவும் மில்டனும்	74
24.	தெகார்தே (Descartes)	76
25.	மானுடம் போற்றுதும்	78
26.	தத்துவஞான போதினி	81
27.	இளம் நட்சத்திரம்	82
28.	ஹெமிங்வே உண்ட சிக்கன் பீஸ்	86
29.	கல்லறை வாசகம்	87
30.	என்சைக்ளோபிடியா	89
31.	காச்சர் கோச்சர்	90
32.	அஞ்சலி : பழனிவேள்	92
33.	காலை நடை 1	97
34.	காலை நடை 2	99
35.	கும்பளங்கி நைட்ஸ்	102
36.	அரசியல்... அழகியல்!	105
37.	லத்தின் அமெரிக்க இலக்கிய வரலாறு	107
38.	கவிதையாம் காதலி!	110

39. கலையின் பாவனை	113
40. கவிதையியல்	115
41. உணர்வின் இயங்கியல்	116
42. அஞ்சலி : எஸ்.ஆர்.ஃபரூக்கி	117
43. அஞ்சலி : தொ.ப	119
44. இலக்கிய நால்வர்	122
45. மொழி நுட்பம்	124
46. வியனுணர்வு	126
47. காம்யூ	127
48. சரீரம் ஒரு நகரம்	129
49. எழுத்துக் கலைஞன்	131
50. புலமைப்பித்தன்	133
51. கலையும் வெகுசனமாக்கமும்	134
52. சார்வாகன்	136
53. மேற்கின் தத்துவங்கள்	138
54. நெரூதா எனும் தமிழ்க் கவி	140
55. வளர்முக நாடுகளில் பாப்புலிசம்	143
56. இந்தியத் தத்துவம் ஓர் அறிமுகம்	144
57. சோப்பியின் உலகம்	145
58. மாயன் : ஹூலியோ கொர்த்தஸார்	147
59. சந்திப்பு	152
60. பேனா நட்பு	154
61. ஆரோக்கிய நிகேதனம்	157
62. பாரதிதாசன்	158
63. அபி	162
64. புனைப்பெயர்	164
65. தமிழி	166
66. போதை நேரப் பேச்சு	167
67. கீழ்மை	170
68. அபிலாஷ்க்கு ஒரு மறுப்பு	172
69. தேவதை	179
70. வசந்தம் வந்தது	181
71. பிரதி அடையாளம்	184
72. நண்பர் பிரதாப ருத்ரன் அவர்களின் பதிவும் என் பார்வையும்...	187
73. காப்புரிமை	192
74. இலக்கிய விமர்சனம் செய்வது எப்படி?	196
75. பெரிய தம்பி	199
76. வைதீகம் x அவைதீகம்	200
77. அரதி	202

எது இலக்கியம்?

எல்லாமே இலக்கியம்தானே? கலையின் முன் அனைவரும் சமம். நீ எழுதறது உனக்கு. நான் எழுதறது எனக்கு. சக இலக்கியவாதி எழுதுவதை இலக்கியம் இல்லை என்பவர்கள் பொறாமைக்காரர்கள்.

மேற்கண்ட உரையாடல்கள் தமிழ்ச் சூழலில் தொடர்ந்து பல வருடங்களாக இருந்துவருகின்றன. உண்மையில் இக்கேள்வி எப்போதும் எல்லாக் காலத்திலும் இருக்கும்.

கலை, இலக்கியம் போன்ற விஷயங்கள் எப்படி செயல்படுகின்றன என்ற புரிதல் உள்ள ஒருவர், இலக்கியங்களில் அடிப்படையான வாசிப்பு உள்ள ஒருவர் மிக நிச்சயமாக இப்படியான கருத்துகளைக்கொண்டிருக்க மாட்டார். கலையில் பல வகைமைகள் உள்ளன. அது வேறு. ஆனால், கலைத்தன்மை குறைவு என்பது வேறு. கலைத்தன்மை குறைந்த படைப்பு என்பது கலைத்தன்மை குறைந்ததுதானே அன்றியும் நிச்சயம் அதுவும் ஒருவகைக் கலைத்தன்மை அல்ல.

ஒருவர் தன் முயற்சியாலும் பயிற்சியாலும் தன்னைச் செழுமைப்படுத்திக்கொள்ள விழையாது இதுக்கு என்ன குறைச்சல் என்று கேட்பாரானால் அவரால் அவரது மொழிக்கு மட்டும் அல்ல அவருக்குமேகூட நிச்சயமாக எந்த நலனும் விளையப்போவது இல்லை.

ஒரு நல்ல கவிதையைப் படித்ததுமே அது நல்ல கவிதையா இல்லையா என்பதை நம் மனம் சொல்லிவிடும். அதனோடு ஒரு சுமாரான ஒரு கவிதையை ஒப்பிட்டுப் பேச நேர்ந்தால் எதிர்வினை செய்யாவிடிலும் அனைவருக்குமே இது தவறு என்றுபடும்.

இளங்கோ கிருஷ்ணன்   11

பிறகு ஏன் இப்படியான சொல்லாடல்கள் வருகின்றன. மிக நேரடியாகச் சொன்னால் அது ஒருவகை ஈகோ. நான் எழுதுவதை இலக்கியம் இல்லை என்று சொல்ல நீ யார் என்று ஒரு மனோபாவம். நம் ஜனநாயக சமூகம் உருவாக்கிக் கொடுக்கும் வாய்ப்புகள்தான் இது போன்ற முதிர்ச்சியற்ற உரையாடல்களை உருவாக்குகின்றன. மற்றபடி, இதற்கும் இலக்கியத்துக்கும் எந்த தொடர்பும் இல்லை. புதியவர்களுக்காக இதை திரும்பத் திரும்ப சொல்ல வேண்டியதாய் இருக்கிறது.

எல்லாக் காலத்திலுமே மாஸ்டர்ஸ் இருந்திருக்கிறார்கள். எல்லாக் காலத்திலுமே அடுத்த நிலை எழுத்தாளர்களும் இருந்திருக்கிறார்கள். எல்லாக் காலத்திலுமே போலிகளும் இருந்திருக்கிறார்கள். ஒரு நல்ல வாசகனுக்கு இது நன்றாகவே புரியும். அவரவர்க்கு ஒரு மனமுதிர்ச்சி உண்டு. எல்லோருக்கும் எல்லாமும் எட்டிவிடுவதில்லை. ஒருவரின் சிரத்தை, பயிற்சி, வாழ்வியல் சூழல் எனப் பல விஷயங்கள் ஒருவரின் மன முதிர்ச்சியை, ரசனையை, புரிதலை உருவாக்குவதில் செயல்படுகின்றன. நிச்சயம் இது ஏதோ சரஸ்வதி அருளியதோ இயற்கை தேர்ந்தெடுத்ததோ இல்லை. ஒருவரின் உடல் அமைப்பு எப்படி இயற்கையானதோ அதே அளவுதான் இதுவும் இயற்கையானது. பிறகு, உழைப்பு என்று ஒரு விஷயம் உண்டு. அது இல்லாமல் இங்கு எதுவுமே இல்லை. அதனை மேம்படுத்தாமல் எல்லாம் என் இஷ்டப்படி நடக்க வேண்டும் என்பவர்கள் சூழலை மேலும் சிக்கலாக்குகிறார்கள். அந்தக் குழப்பத்தில் குளிர் காய்ந்துகொள்கிறார்கள். அவர்களிடம்தான் கவனமாக இருக்க வேண்டியிருக்கிறது.

எல்லா காலத்திலும் மாஸ்டர்ஸ் இருந்திருக்கிறார்கள் என்றேன். சரி மாஸ்டர்ஸ் எப்படி உருவாகிறார்கள், ஏன் சிலரை மட்டும் அப்படிச் சொல்ல வேண்டும்? அவர்களும் மனிதர்கள்தான். அவர்கள் எழுதுவதும் அதே மொழிதான். அவர்களுக்கு மட்டும் என்ன சிறப்பு அந்தஸ்து. யாரை மாஸ்டர் என்று சொல்வது?

இலக்கியப் பெருந்திரட்டு என்று ஒரு விஷயம் உள்ளது. (literary canon) இது ஒரு மொழியின் தொடக்கம் தொட்டே சிறுகச் சிறுக உருவாகிவருவது. ஒரு மொழியின்

செவ்விலக்கியங்களால் ஆனது. இந்த இலக்கியப் பெருந்திரட்டுக்குச் செறிவான பங்களிப்பு செலுத்தும் ஓர் ஆளுமை அந்த மொழியின் மாஸ்டர் ஆகிறான்.

சரி எது செவ்விலக்கியம்? ஒரு மொழியின் அந்த மொழி பேசும் சமூகத்தின் உச்சபட்ச அழகியல், அறவியல் விழுமியங்களைச் சிறப்பாகப் பேசும் இலக்கியங்களை செவ்வியல் இலக்கியங்கள் எனலாம். அழகியல், அறவியல் என்ற சொற்கள் மேலும் சிக்கலானவை. நான் இங்கு இன்றைய சூழலில் எல்லா வகை அழகியல் மற்றும் மானுட ஏற்பு அறவியலை மட்டுமே ஏற்கிறேன். நம் மொழியின் பழைய அறவியல் சிந்தனைகள் மறு வாசிப்புக்கு உட்படுத்தப்பட வேண்டியவை என்பதையும் புரிந்தே இதைச் சொல்கிறேன்.

தமிழில் திருக்குறள் ஒரு செவ்விலக்கியம் என்றால் பின்னர் உருவாகிவந்த சிலப்பதிகாரம் ஒரு செவ்விலக்கியம். இவ்விரு செவ்விலக்கியங்களும் சேர்ந்தே கம்பனைப் பேரிலக்கியவாதியாக செவ்வியல் கலைஞனாக மாற்றுகின்றன. கம்பனைக் கடந்து ஒருவன் எழுதும்போது, கம்பன் அழகியல் தரத்துக்கு ஒருவன் செல்லும்போது அவனும் செவ்வியல் கவிஞனாகிறான். செவ்வியல் என்பது இப்படி ஒரு மொழியில் முன்னர் எழுதப்பட்ட உச்சபட்ச இலக்கியமாக இருக்க, காலத்தால் பின்னர் வருபவனை சவாலுக்கு அழைப்பதாக இருக்கிறது. நெஞ்சுரத்துடன் அந்த சவாலில் இறங்கி அதை எதிர்கொள்பவன் அடுத்த தலைமுறை மாஸ்டர் ஆகிறான். இது ஒரு தொடர் செயல்பாடு.

இப்படியான தொடர்ச்சியான செயல்பாடுகள் வழியாகவே ஒரு மொழியில் இலக்கியப் பெருந்திரட்டு உருவாகிறது. இந்த இலக்கியப் பெருந்திரட்டில் பேரிலக்கியங்கள் உண்டு, நல்ல இலக்கியங்கள் உண்டு. நிச்சயமாகப் போலிகள் இருக்க முடியாது.

இவை பற்றி எல்லாம் எந்தவித அறிதலும் இல்லாமல் ஒருவர் எழுதுவது அபத்தமாகவே இருக்கும். ஒரு மொழியில் இருக்கும் மாஸ்டர்ஸ் யார் என்பதைப் பற்றி அறிந்துகொள்ளக்கூட மாட்டேன். அது எனக்குத் தேவையே இல்லை. நான் எழுதுவதுதான் இலக்கியம். அதை நீங்கள் படிக்க வேண்டும்.

இளங்கோ கிருஷ்ணன்

அங்கீகரிக்கவும் வேண்டும் என்பவர்களைப் பற்றி என்ன சொல்ல? பரிதாபப்படுவதைத் தவிர செய்வதற்கு ஒன்றுமே இல்லை. கடுமையாக நிராகரித்தால் உடனே நீ யார் கமிஷ்னரா என்று போர்க் கொடி தூக்கிக்கொண்டு வருகிறார்கள். தன் நெஞ்சறிய பொய் சொல்பவர்களை என்னதான் செய்ய முடியும்? ஒரு மொழியின் இலக்கியப் பெருந்திரட்டுக்கு அதன் இதுவரையிலான பயணத்துக்கு சிறப்பு சேர்ப்பதாக ஒன்று இல்லை எனில் யோசிக்காமல் அதைப் புறக்கணிப்பது அன்றி நமக்கு வேறு வழியில்லை.

சரி இந்த இலக்கியப் பெருந்திரட்டு என்பது செவ்வியல்களால் ஆனது. செவ்வியல் என்பது அறவியல், அரசியல், அழகியல் சிந்தனைகளால் ஆனது எனில் இந்த அறவியல், அரசியல், அழகியல் என்பவை எல்லாம் என்ன?

அது ஒருவகை உளவியல் நிலைப்பாடு. இதை உருவாக்குவதில் ஒரு சமூகத்தின் கூட்டு நனவிலி (collective consciousness), சமூகப் படிமம் போன்றவற்றுக்கும் அதன் சமகால சமூக-அரசியல்-பண்பாட்டுச் சூழலுக்கும் முக்கியப் பங்கு உள்ளது. கூட்டு நனவிலி என்பது ஒரு சமூகத்தின் அரசியல் பண்பாட்டு வரலாறோடு தொடர்புடையது. ஒன்றுக்கும் மேற்பட்ட முரண்பாடுகள் உடைய சமூகத்தில் ஒன்றுக்கும் மேற்பட்ட கூட்டு நனவிலிகளுக்கான போராட்டம் இருந்தே தீரும். இப்படியான முரண்பாடுகள் வழியாகவே நமது அழகியல், அறவியல், அரசியல் உரையாடல்கள் உருவாகி ஒவ்வொரு காலத்தின் செவ்வியல் இலக்கியங்களையும் உருவாக்குகின்றன.

இப்படி மாறுபட்ட கூட்டு நனவிலிகளின் பெருந்தொகுப்பு உடைய சமூகத்தில் பல்வேறுவிதமான இலக்கியப் பெருந்திரட்டுகளும் இருந்தே தீரும். இப்படியான பெருந்திரட்டுகளுக்கு இடையிலான பயணத்தைத்தான் நாம் இலக்கிய வரலாறு என்கிறோம்.

தமிழ் இலக்கிய வரலாறை நன்கு கவனித்தால் எந்த ஒரு படைப்பும் எல்லாக் காலத்திலும் ஒரே மதிப்புடன் இருந்தது இல்லை என்பதை உணரலாம். இதற்குக் காரணம் நமது

பெருந்திரட்டுகளுக்கு இடையிலான முரண்பாடுகள்தான். ஒரு காலச் சூழலுக்கு எது மேன்மையான படைப்பு என்பதை தீர்மானிப்பதில் அதன் அரசியல் பண்பாட்டு அதிகார சக்திகள் செயல்படும்போது அதற்கு ஏற்ற பெருந்திரட்டுகளே முதன்மைப்படுத்தப்படும்.

உதாரணமாக, திருக்குறள் இன்று இருக்கும் உயர்வான இடத்திலேயே எப்போதும் இருந்திருக்கவில்லை. இடையில் பக்தி இயக்க காலங்களில் கிட்டதட்ட காணாமலேயே போயிருந்தது. கம்பராமாயணத்தின் இன்றைய ஒளிவட்டம் அது எழுதப்பட்ட காலங்களிலோ சிற்றிலக்கிய காலங்களிலோ இல்லை. அந்தந்த காலகட்டங்களில் சூழல் வெவ்வேறு வகையான இலக்கியப் பெருந்திரட்டுகளை முன்வைத்து அதன் செவ்வியல்களைத் தொகுக்கின்றன. ஒரு குறிப்பிட்ட சூழலில் எழுதப்படும் எழுத்து அந்த காலச்சூழலின் பெருந்திரட்டினுடைய செவ்வியல் பண்பையே உச்சமாக கண்டு அதை நோக்கிச் செல்லவும் அதை விஞ்சிச் செல்லவும் முயல்கின்றன. இதுவே கலை, இலக்கிய செயல்பாடு. இப்படியான செவ்வியல் பண்பை அடையாத இலக்கியங்களை அந்தந்த பெருந்திரட்டுகளே எளிதாக நிராகரித்துவிடும்.

பல்வேறு வகையான இலக்கியப் பெருந்திரட்டுகள் இருந்தாலும் இவற்றுக்கு இடையே எப்போதும் வித்தியாசங்களைப் போலவே ஒற்றுமையும் இருந்துவந்திருக்கிறது. இதுவும் ஒருவகை கூட்டு நனவிலிச் செயல்பாடுதான். இந்த ஒற்றுமையே சக பெருந்திரட்டுகள் மீதான வன்மத்தை அழித்தொழிப்பை நிகழ்த்தாத வண்ணம் மனிதர்களை தடுத்திருக்கிறது. (அப்படி இருந்தும் நாம் தொலைத்த இலக்கியங்கள் இங்கு ஏராளம்) கால சூழலையும் கடந்து படைப்பாளிகளிடையே எந்த பெருந்திரட்டைச் சேர்ந்தது என்றாலும் செவ்வியல் இலக்கியத்தின் மீதான ஏற்பும் இருந்தே வந்திருக்கிறது. அந்த ஏற்புதான் திருக்குறளை இரண்டாயிரம் ஆண்டுகள் கடந்து நம்மிடம் வந்து சேர்த்திருக்கிறது. ஓர் இலக்கியம் எப்படி செவ்வியலாகிறது என்பது அதன் அரசியல், சமூகவியல் பண்புகளைக் கடந்து கூட்டு நனவிலியால் தீர்மானம் ஆகும் விஷயம்.

திருக்குறள் ஓர் ஆசிவக நூல். பாவை நோம்பு இருக்கும் ஆண்டாள் எனும் வைணவக் கவி தீக்குறளைச் சென்றோதோம் என்கிறாள். வைணவர்களிடம் இருந்த ஆசிவக மற்றும் சமண ஏற்பின் அடையாளமாக இதைப் பார்க்கலாம். (சமணத்துக்கும் சைவத்துக்கும் ஆகாது என்பதைப் போலவே சைவத்துக்கும் வைணவத்துக்கும் ஆகாது. எனவே, எதிரிக்கு எதிரி நண்பன் என்ற மனநிலையாகவும் இருக்கலாம்)

வரலாறு என்பதும் சமூகம் என்பதும் காலம்தோறும் மாறும்போது இந்த செவ்வியல் இலக்கியங்கள் பற்றிய நமது கோட்பாடுகள், பார்வைகள் ஆகியவையும் காலந்தோறும் மாறியே வந்திருக்கின்றன.

பின்நவீனத்துவம் போன்ற உரையாடல்கள், இலக்கியப் பெருந்திரட்டு போன்ற கருத்தாக்கங்களைப் பெருங்கதையாடல்கள் என்கின்றன. இவ்வகைப் பெருங்கதையாடல்கள் சமூகங்களில் மையம் மற்றும் விளிம்பு என பாரபட்சங்களை உருவாக்குகின்றன என்கிறது. எனவே, இந்தப் பெருங்கதையாடல்களுக்கு மாற்றாக பன்முகத்தன்மையை முன்வைக்கின்றன. இது ஒரு பார்வை அவ்வளவே.

பின் நவீனத்துவம் பெருங்கதையாடல்களை மறுக்கிறது என்பதன் பொருள் எல்லா குப்பைகளையும் ஒரே தட்டில் வைத்துக் கட்ட வேண்டும் என்பது அல்ல. ஓர் அமைப்புக்கும் இன்னோர் அமைப்புக்கும் இடையே நிகழும் அரசியலை, அதிகாரத்தை நீக்க வேண்டும் என்பதுதான் அதில் முக்கியமே அன்றி நுட்பத்துக்குப் பதிலாக நுட்பமின்மையை முன்வைப்பது அல்ல.

பர்ட்டன்... சாகசங்களின் நாயகன்

போர்ஹெஸ் 'ஆயிரத்தோர் இரவுகளின் மொழிபெயர்பாளர்கள்' என்றதொரு அபாரமான கட்டுரையை எழுதியிருக்கிறார். அந்தக் கட்டுரை இரண்டாயிரங்களின் தொடக்கத்தில் எஸ்.ராமகிருஷ்ணன் நடத்திய 'அட்சரம்' இதழில் மொழிபெயர்க்கப்பட்டிருந்தது.

ஐரோப்பிய இலக்கிய வரலாற்றில் போர்ஹெஸுக்கு இருந்த மேதமைக்கும் தேர்ச்சிக்கும் அந்தக் கட்டுரையும் ஒரு சான்று. அந்தக் கட்டுரையின் வாயிலாகவே பர்ட்டன் எனப்படும் சர் ரிச்சர்ட் ஃபிரான்சிஸ் பர்ட்டன் பற்றி அறிந்துகொண்டேன்.

பர்ட்டன் ஒரு கவிஞன், ஊர்சுற்றி, ராணுவ கேப்டன், பிரிட்டிஷ் கிழக்கிந்திய கம்பெனியின் அதிகாரியாக இந்தியாவில் பணியாற்றியவர். காமசூத்ராவை ஆங்கிலத்தில் மொழிபெயர்த்தவர், அரேபியாவின் மாபெரும் இலக்கியமான ஆயிரத்தொரு இரவுகளையும், அரேபிய காமசூத்ரா எனப்படும் *Perfumed Garden* நூலையும் ஆங்கிலத்தில் மொழி பெயர்த்தவர். ஐரோப்பியர்கள் அரேபியாவில் நுழையத் தடை இருந்த 19ம் நூற்றாண்டில் ஹஜ் பயணம் மேற்கொண்டு மெக்காவில் நுழைந்தவர், நைல் நதியின் ரிஷிமூலம் தேடி ஆப்பிரிக்காவுக்குள் நுழைந்த முதல் ஐரோப்பியர். பறவைகளைக் கொண்டு வேட்டையாடும் *falconry* ஆர்வலர், வாள் சண்டை வீரர் என நீள்கிறது பர்ட்டனின் சாகசங்கள்.

பர்ட்டனுக்கு 35 மொழிகள் தெரியும். "பர்ட்டன் 17 மொழிகளில் கனவுகண்டார். 35 மொழிகளைக் கற்றுக்கொண்டார். செமிட்டிக், திராவிட, இந்தோ ஐரோப்பிய, ஆப்பிரிக்க மொழிக்குடும்ப மொழிகள் என விஸ்தீரமான சொத்து அது" என்கிறார் போர்ஹெஸ்.

சிறுவயதிலிருந்தே மொழிகளைக் கற்பதில் அவருக்கு அலாதியான ஆர்வம் இருந்திருக்கிறது.

அதுபோலவே காமப் பித்து. அதுவும் அவரை விடாது துரத்தியிருக்கிறது. இந்த இரண்டு பைத்தியங்களில் இருந்தும் அவரால் இறுதி வரை வெளியேற இயலவில்லை. சிறுவயதில் பிரான்சில் வசித்தபோது அங்கிருந்த ரோமானியப் பெண் உடன் ஏற்பட்ட காதல் அவர்கள் மொழியையும் கலாசார வழக்கங்களையும் கற்கத் தூண்டியதுதான் தொடக்கம். ரோமானிகள் இந்தியாவின் குஜராத், பஞ்சாப், ஆப்கானியப் பகுதிகளிலிருந்து கி.பி பத்தாம் நூற்றாண்டுகளில் ஐரோப்பாவில் குடியேறியவர்கள்.

இப்படி மொழிகளைக் கற்கும் பித்து விலங்குகள், பறவைகளின் மொழிகளைக் கற்கும் ஆர்வத்தில் அவரை ஈடுபடுத்தியது. அவர் இந்தியாவில் கேப்டனாகப் பணியாற்றிய நாட்களில் தனது வசிப்பிடத்தில் நூற்றுக்கணக்கான பழக்கப்படுத்தப்பட்ட குரங்குகளை வளர்த்துவந்திருக்கிறார். அவற்றின் நடவடிக்கைகளைக் கவனித்து அதன் மொழியைக் கற்றுக்கொள்ள வேண்டும் என்பது அவரது திட்டம்.

இப்படியான கிறுக்குத்தனங்கள் அவர் குறித்த நிறைய வதந்திகளை உருவாக்கியது. சிலர் அந்தக் குரங்குகளோடு அவர் உறவுகொள்வார் என்றார்கள். அவர் ஒரு ஹோமோ செக்ஸுவல் என்ற கருத்தும் இருந்தது. ஆப்பிரிக்காவில் நுழைந்தபோது டஹோமேயின் நரமாமிசம் புசிக்கும் இனக்குழுவிடம் சிக்கிக்கொண்டு, அவர்கள் மொழியை சமயோஜிதமாகக் கற்றுக்கொண்டு பேசித் தப்பினார். அங்கிருந்த ஆதிவாசிப் பெண்களோடு உறவுகொண்டார் என்று அவர் பற்றிய வதந்திகள் பெருகியிருக்கின்றன.

போர்ஹெஸ் இதில் சில வதந்திகளை பர்ட்டனே பரப்பியிருக்கக்கூடும் என்று கிண்டலாகச் சொல்கிறார்.

பர்ட்டனுக்கு இஸ்லாமியர்கள் மீது பெரும் ஈர்ப்பு இருந்தது. குஜராத்தில் இருந்தபோது ஹிந்தி, பஞ்சாபி, சிந்தி, மராத்தி, சரைக்கி, பாரசீகம், அராபி, உருது மொழிகளைக் கற்றுக்கொண்டார். ஒரு நாகர் குல பிராமணரைக் குருவாக

ஏற்று இந்து மதம் தொடர்பாகவும் கற்றுக்கொண்டார். ஆனால் அவர் ஆர்வம் இயல்பாகவே இஸ்லாமியர் தொடர்பானதாக இருந்தது.

"யூதர்கள், பிரிட்டீஷ் வெளியுறவுத்துறை, கிறிஸ்துவம் என்பன பர்ட்டனுக்கு ஒவ்வாதவை. பைரனும் இஸ்லாமும் அவர் போற்றித் துதிப்பவை" என்கிறார் போர்ஹெஸ்.

புத்தகங்கள் நிரம்பிய அவரது பெரிய மேஜையில் மல்லிகைகள் மிதக்கும் நீர்ஜாடிக்கு அருகில் இருக்கும் பைரன் கவிதைகள் அவருள் இருந்த காதலைக் கிளரச் செய்ததை அவர் குறிப்புகளில் அறிகிறோம்.

1853-இல் சில சிந்தி இஸ்லாமியர்களுடன் கலந்துகொண்டு ஹஜ் பயணம் போகிறார். யாருக்கும் சந்தேகம் வரக் கூடாது என்பதற்காக சுன்னத் செய்துகொண்டார் என்கிறார்கள்.

அவரின் இஸ்லாத் மீதான ஆர்வம்தான் ஆயிரத்தொரு இரவுகளின் மொழி பெயர்ப்புக்குத் தூண்டியதா என்பதை உறுதியாகச் சொல்ல இயலாது. இஸ்லாத் மீது என்பதைவிடவும் இஸ்லாமியர்கள் மற்றும் மத்திய கிழக்கு மக்களின் பண்பாடு மீது ஆர்வம் இருந்தது என்பதுதான் சரியாக இருக்கும்.

பர்ட்டனுக்கு முன்பே எட்வர்ட் லேன், கேலண்ட் ஆகியோரது மொழி பெயர்ப்புகள் அந்நூலுக்கு இருந்தன. ஆனால், அவற்றில் அக்காலத்தைய விக்டோரியன் ஒழுக்கவாத அடிப்படைகள் பின்பற்றப்பட்டன. அதாவது, பாலியல் தொடர்பான விவரிப்புகள், கதைகள் போன்றவை முந்தைய மொழிபெயர்ப்புகளில் தவிர்க்கப்பட்டிருந்தன. பர்ட்டன் இவற்றைப் பட்டவர்த்தனமாக மொழிபெயர்த்தார். மேலும், அவருக்குப் பெரும் ஆர்வத்தை தூண்டும் காமவியல் மற்றும் கீழைத்தேயவியல் சார்ந்த விவரங்கள் முழுமையையும் இந்த மொழிபெயர்ப்புகளில் பயன்படுத்தினார். இதனால் இந்த நூல் 72 தொகுதிகள் உடைய மாபெரும் ஓரியண்டலிஸக் களஞ்சியமாக மாறியுள்ளது.

"இஸ்லாமியரின் சம்பிரதாயங்கள், பழக்கவழக்கங்கள் பற்றிய விலாவாரியான குறிப்புகள் தருவதில் பர்ட்டனுக்கு அலாதியான ஈடுபாடு. துணிமணிகள், அன்றாட நடைமுறைகள், மத

சம்பிரதாயங்கள், கட்டடக் கலை, வரலாறு, குரான் தொடர்பான குறிப்புகள், விளையாட்டுகள், கலைகள், புராணங்கள், இவற்றோடு காம விளையாட்டுகளையும் விரிவாகச் சொல்லியிருக்கிறார் பர்ட்டன்” என்கிறார் போர்ஹெஸ்.

தொப்புளிலிருந்து முழங்காலுக்குத் தொங்கும் ஆணுறுப்புகள், தலை முதல் பாதம் வரை விரவியிருக்கும் பெண்ணுறுப்பு பற்றிய விவரங்கள் எல்லாம் மூலத்தில் உள்ளதா பர்ட்டனின் கற்பனையா என்பது தெரியவில்லை. ஆனால், இந்த மிகைக்களைக் கடந்து இந்த மொழிபெயர்ப்பு முக்கியமானது என்றுதான் இன்றும் சொல்கிறார்கள்.

பர்ட்டன் பிரிட்டிஷ் அரசின் உளவாளி என்றும் சொல்கிறார்கள். அவர் கிழக்கிந்திய கம்பெனியின் அனுமதி வாங்கித்தான் மத்திய கிழக்கிலும் ஆப்பிரிக்காவிலும் நுழைந்தார். இதன் பின் பிரிட்டிஷாரின் அரசியல் கணக்குகள் இருந்தன என்றும் சொல்கிறார்கள். இருக்கலாம். அதற்கேற்ப இவர் போய் வந்த பகுதிகளில் எல்லாம் பின்னர் ரயில் பாதை அமைத்தார்கள் வெள்ளையர்கள்.

பர்ட்டனின் மரணத்துக்குப் பின் அவரது மனைவி இசபெல் அவர் கையெழுத்துப் பிரதியாய் வைத்திருந்த கட்டுரைகள், மொழிபெயர்ப்புகளை தீயிலிட்டு அழித்தார். ஆபாசக் குப்பைகளான இவை தன் கணவரின் நற்பெயருக்குக் களங்கம் என்றார் இசபெல். அவர் தீயிலிட்டு கொளுத்தியதில் பழைய *'The Perfumed Garden'* நூலின் புது மொழிபெயர்ப்பும் அடக்கம். பின்னர் அவரே தன் கணவரின் சுயசரிதை ஒன்றையும் எழுதினார்.

மேதமையும் பித்துக்குளித்தனமும்

ஐரோப்பிய கலை உரையாடல்களில் மேதமை எவ்வளவு உண்டோ அதே அளவு பித்துக்குளித்தனங்களும் உண்டு. உண்மையில் மேதமைக்கும் பித்துக்குளித்தனத்துக்கும் நூலிழை அளவுதான் வித்தியாசம். நம் ஊரில் கோயில்களில் சடை பிடித்துத் திரியும் காவியாண்டிகளையும் மனநலம் பாதிக்கப்பட்டவர்களையும் 'சித்தர்... சித்தர்' என்று சிலர் துரத்திக்கொண்டு ஓடுவதில்லையா, அதே கதைதான் அங்கும்.

அபத்தவாதத்தின் குழந்தைகளான டாடாயிஸ்டுகளின் வருகை ஐரோப்பிய கலைச்சூழலில் மேதமைக்கும் பித்துக்குளித்தனத்துக்கும் இருந்த நூலளவு இடைவெளியையும் இல்லாமலே ஆக்கிவிட்டது. ஐரோப்பியக் கலைக்கூடங்களில் அவர்கள் வைத்த கலைப் பொருட்கள் (பயன்படுத்தப்பட்ட கசங்கிய படுக்கை, ஆணுறைகள், சவப்பெட்டிகள்) உலக அறிவுச் சமூகத்தையே அதிர்ச்சியடையச் செய்தன. அபத்தம் ஒன்றே ஆழமான செய்தி என்ற அராஜகவாதிகளான டாடாயிஸ்டுகளைத் தொடர்ந்து இன்னும் சில பின்நவீனத்துவர்களும் வந்து சேர்ந்தார்கள்.

அவர்களில் ஒருவர் கார்ல் அந்த்ரே. அந்த்ரே தன்னை பின் நவீனத்துவர் என்று சொல்லிக்கொண்டதில்லை. ஆனால், இவரின் சமனி VIII (Equivalent VIII) என்ற சிற்பம் இங்கிலாந்தின் டேட் கலைக்கூடத்தில் காட்சிக்கு வைக்கப்பட்டதை ஒரு முக்கியமான பின் நவீனத்துவச் செயல்பாடு என்கிறார்கள்.

சரி அப்படி அந்தச் சிற்பத்தில் என்னதான் இருந்தது. செவ்வியலான அர்த்தத்தில் சொன்னால் அது சிற்பமே இல்லை. நூற்று இருபது செங்கல் வடிவ ஃபயர் பிரிக்ஸ்களை இரண்டு வரிசையாக 6 x 10 என்ற வடிவில் அடுக்கியிருந்தார். அதாவது

ஒரு குட்டி நடைபாதை போல அது இருந்தது, அவ்வளவே. இந்த சுடுகல் வரிசை எவ்வகையில் சிற்பம் என்று யாருக்குமே புரியவில்லை.

கிரிஸ்தோபர் பட்லர் "அது வடிவ அமைப்பில் சிக்கலானதாகவோ, ஏதேனும் ஒரு கருத்தை வெளிப்படுத்துவதாகவோ, பார்க்கும் ஈடுபாட்டைத் தூண்டுவதாகவோ இல்லை. மாறாக, விரைவில் அலுப்பூட்டக்கூடியதாக, அதைப் போல் ஒன்றைச் செய்வது எளிதானது என்பதாக இருக்கிறது. ஆர்வத்தைத் தொடர்வதற்கான எந்தத் தன்மைகளையும் கொண்டிராத அது, அதன் உள்ளடக்கத்தைப் பற்றி அல்லாமல், அதன் பின்புலத் தேவையைப் பற்றிய கேள்விகளை எழுப்பத் தூண்டுவதாக உள்ளது. இதற்கு என்ன அர்த்தம்? இந்த செவ்வகச் சுடுகற்கள் இப்படி ஓர் அருங்காட்சியகத்தில் வைக்க வேண்டிய தேவை என்ன என்பதை சிந்திக்கத் தூண்டுவதாக இருந்தது" என்கிறார். இந்த அவதானம் முக்கியம். இதுதான் ஒரு பித்துக்குளித்தனத்தை மேதமை நோக்கி நகர்த்துகிறது.

தெருவில் கிடக்கும் கிழிந்த பூட்ஸுக்கு எந்த மதிப்பும் இல்லை. அதுவே ஒரு வீட்டு வாசலில் கிடந்தால் அந்த வீட்டுக்காரனின் வறுமைக்குக் குறியீடாகிவிடுகிறது. அதே பூட்ஸ் ஒரு வான்கோவின் ஓவியத்தில் நுழையும்போது அது ஆயிரக்கணக்கான சுரங்கத் தொழிலாளர்களின் அவலமாக, ஒரு மானுட அவலமாக மாறிவிடுகிறது. இதுதான் கலை செய்யும் வேலை. இப்படி ஒரு சட்டகத்தை உருவாக்குவதுதான் அதன் பணி. இது ஒருவகை அமைப்பாக்கம் என்பதைப் போல ஒரு பின் அமைப்பியல் கருத்தியலை கார்ல் அந்த்ரேவின் சிற்பம் முன் வைத்தது.

1974-இல் இந்தச் சிற்பம் வைக்கப்பட்டபோது சுமார் ஒரு வருட காலம் ஒருவரும் கண்டுகொள்ளவில்லை. ஒரு விநோதத்தைக் கண்ட புன்னகையோடு நகர்ந்து போனார்கள். மறு வருடம் அது நீக்கப்பட்ட போது கடும் விமர்சனங்கள் எழுந்தன. மக்களின் வரிப்பணத்தை இப்படியான வெறும் சுட்ட செங்கல்லை வாங்கி அடுக்கியா வீணடிப்பீர்கள் என்று கொதித்தார்கள். இப்போதும் இலக்கியத்தில் வெட்டி விவாதத்தை bricks controversy என்பார்கள்.

கார்ல் அந்த்ரே இதுபோல் பல சிற்பங்களை(?) உருவாக்கியுள்ளார். அடிப்படையில் ஒரு மினிமலிஸ்டான கார்ல் அமெரிக்க ராணுவத்தில் பணியாற்றியவர். பின்நவீனத்துவத்தை, கம்யூனிஸத்தைத் தகர்க்க வந்த அமெரிக்கச் சரக்கு என்பவர்கள் கார்லின் ராணுவப் பணியையும் ஆதாரமாகச் சுட்டுகிறார்கள்.

“ஒரு மரத்துண்டு நான் அறுப்பதற்கு முன் சிறப்பாக இருந்ததாக நான் நம்புகிறேன். அதை எவ்வகையிலும் என்னால் மேம்படுத்த இயலவில்லை” என்று தத்துவார்த்தமாகப் பேசும் அந்த்ரே நிஜமான மேதையா இல்லை பித்துக்குளிதானா என்பதுதான் நமக்குச் சரியாகப் புரியவில்லை.

வான்கோவின் பூட்ஸ் ஓவியம்

கவிதை பற்றிய பேச்சு எப்போதுமே ஒற்றைப்படையானது இல்லை. எல்லா ஒற்றைப்படையான பேச்சுக்களுக்கும் வெளியே நழுவிச் செல்வதாகவே அதன் ஸ்திதி இருந்திருக்கிறது.

கவிதை என்பதை ஓர் ஆளுமையின் வெளிப்பாடு என்கிறார் தேவதேவன். முக்கியமான அவதானம்தான். நகுலனின் பல கவிதை வரிகளை அவரது ஆளுமையை நீக்கிவிட்டுப் பார்த்தால், இன்றைய தேதிக்கு அவை எளிமையான ஒரு முகநூல் பதிவை நிகர்த்தவை.

நகுலன் மட்டும் அல்ல, பாரதி தொடங்கி எத்தனையோ மகத்தான ஆளுமைகளின் வரிகள் அவர்களின் ஆளுமை எனும் வட்டத்துக்குள் வைத்து நோக்கும்போதே அதன் உச்சத்தை அடைகின்றன. அதுவும் கலையின் பண்பு.

தெருவில் யாராலும் கண்டுகொள்ளப்படாத கிழிந்த பூட்ஸ்கள் வெறும் குப்பை மதிப்பு மட்டுமே கொண்டவை. வான்கோவின் தூரிகைக்குள் வரும்போது அவன் ஆளுமையால் அவை ஆயிரக்கணக்கான சுரங்கத் தொழிலாளர்களின் வாழ்வின் அவலத்தைச்சொல்லும் வறுமையின் குறியீடுகளாகிவிடுகின்றன.

இப்படிப் பல உதாரணங்களைச் சொல்ல முடியும். ஆனால், அதனால் எல்லாம் கவிதை என்பது ஆளுமையின் வெளிப்பாடு மட்டுமே என்று கறாராக வகுத்துக்கொண்டால் கவிதை ஒரு புன்னகையோடு நம்மைக் கடந்து சென்றுகொண்டே இருக்கும்.

இதுதான் கவிதை என்ற கவிதையியலின் எந்த எடுகோளுக்குப் பக்கத்திலும் மூன்று புள்ளிகள் வைத்துவிட்டு அதைத் தொடர்ந்துகொண்டே இருப்பதுதான் கவிதையின் வசீகரம்.

கவிதையின் அந்த வசீகரத்துக்காகவே கவிஞன் கவிதையியலுக்குள் வருகிறான். அந்த யானை பிழைத்த வேல்,

கவிதை எனும் அவனால் புரியவியலா மாய வசீகரத்தை மேலும் மேலும் வசீகரமாக்கிவிடுகிறது. அந்த உணர்வு கொடுக்கும் குதூகலம். கவிதை என்ற கலைவடிவோடு கவிஞனுக்கு இருக்கும் பிணைப்பின் அடையாளம்.

பாருங்கள், அது இது மட்டுமே இல்லை என்பதைத் திரும்பத் திரும்பச் சொல்லவே அவன் கவிதையியலை நேசிக்கிறான். இல்லாவிடில், அவன் தத்துவவாதிகளும் கோட்பாட்டாளர்களும் கம்பு சுழற்றும் அந்தப் பேட்டைக்குள் தன் ஆன்மாவைப் பணையம் வைத்து வர வேண்டிய அவசியமே இல்லை என்றே சொல்வேன்.

குந்தர் கிராஸின் காளி

இன்றிலிருந்து சரியாக முப்பத்தைந்து ஆண்டுகளுக்கு முன்பு (1987) ஒருநாள், சென்னை எலியட்ஸ் பீச்சில் ஒரு வெள்ளையர் நின்று கொண்டிருந்தார்.

தடித்த மீசையும் வட்டக் கண்ணாடியும் சிரிப்பற்ற சற்றே கடுகடு முகமும் கொண்ட அம்மனிதர், அரை டிரவுசர் அணிந்தபடி வானை நோக்கி ஏதோ யோசிக்கிறார். அவர் அருகில் இளமஞ்சள் பொன் கூந்தல் காற்றில் படபடக்க, பூவேலைகள் கொண்ட பீச் ஸ்கர்ட்டும் பீச் சர்ட்டும் கூலிங்கிளாஸும் அணிந்த ஒரு மத்திய வயதுப் பெண்மணி இருந்தார். அது அவர் மனைவி.

அந்த மனிதர் அங்கிருந்த சிறுசிறு வியாபாரிகளோடு உரையாடத் தொடங்குகிறார். சிறிது நேரத்தில் பெரும் கூட்டம் சேர்ந்துவிடுகிறது. எளிய மக்களுடன் உரையாடுவதில் பெரும் விருப்பம் கொண்ட அவர், மறுநாள் மாமல்லபுரம் சென்றபோதுகூட கடற்கரை மீனவர்களுடன்தான் அதிகம் உரையாடினார். இத்தனைக்கும் சிற்பக் கலையை முறையாய் படித்தவர். மாமல்லபுரத்தில் அதிக நேரம் இருந்தது அங்கிருந்த மக்களோடுதான்.

அன்று மாலை அவர் சென்னை மேக்ஸ் முல்லர் பவனில் தமிழ் எழுத்தாளர்களைச் சந்தித்தார். ஜெர்மன் இலக்கியத்தின் முக்கியமான பக்கங்களையும் இரண்டாம் உலகப்போரில் ஜெர்மன், மூன்றாம் உலக நாடுகளைச் சிதைத்தவிதத்தையும் இந்தியாவின் நிலக்காட்சிகள், குறிப்பாக கொல்கத்தா தம்முள் கிளர்த்தும் உணர்வுகளையும் என பலதரப்பட்ட விஷயங்களைப் பகிர்கிறார்.

நவீன ஜெர்மன் இலக்கியத்தின் முக்கியமான படைப்பாளியும் 1999-ஆம் ஆண்டுக்கான நோபல் பரிசு பெற்ற கவிஞரும் நாவலாசிரியருமான குந்தர் கிராஸ்தான் அந்த நபர்.

குந்தர் கிராஸ்க்கு நோபல் அறிவிக்கப்பட்டபோது பல இந்தியர்கள் தமக்கே கிடைத்தது போல மகிழ்ந்தார்கள். குறிப்பாக கொல்கத்தாவாசிகள். பணி நிமித்தமாக சில காலம் கொல்கத்தாவில் வாழநேர்ந்தவர் குந்தர் கிராஸ். அப்படி, வாழ்ந்த நாட்களில் எப்போதும் எளிய மனிதர்கர்ளோடே இருந்தவர். அந்நாளின் புகழ்பெற்ற வங்காள ஆளுமைகள் ஜோதி பாசு முதல் சத்தியஜித்ரே வரை ஒருவரையும் சென்று சந்திக்காதவர். அவர் ஆர்வம் எல்லாம் கை ரிக்சா இழுப்பவர்களோடும், துணி வெளுப்பவர்களோடும் இன்ன பிற எளிய மனிதர்களோடும் உரையாடுவதிலேயே இருந்தது. ஒருவகையில் அவர்கள்தான் உண்மையான இந்தியா என நம்பினார் கிராஸ்.

குந்தர் கிராஸ் காளியை மையப் படிமமாக வைத்து 'Show your Tongue' உன் நாக்கைத் துருத்து என்ற படைப்பை எழுதியுள்ளார். நமக்கு அவ்வளவாக உவப்பில்லாத சில விஷயங்களைப் பேசுகிறார் அதில். குறிப்பாக, நம் சமூகத்தின் உள்ளார்ந்த சிக்கலை, நம் போதாமைகளைச் சுட்டிக் காட்டுகிறார். வங்காளிகள் சிலர் அதற்கு இப்போதும் அதிருப்தி தெரிவிப்பார்கள். ஆனால், இந்தியா என்ற நிலப்பரப்பைப் பேசிய சர்வதேச ஆளுமை என்ற வகையில் குந்தர் கிராஸ் மகத்தான கலைஞன்.

காளியை மையமாக வைத்து, நம் கலிங்கத்துப்பரணி செயங்கொண்டானையும் சேர்த்துக்கொண்டு ஒரு கவிதைத் தொடரை சில நாட்கள் முன் எழுதி முடித்தேன். 'காளிக்குக் கூறியது' என்ற அந்நெடுங்கவிதையை குந்தர் கிராஸுக்குச் சமர்ப்பணம் செய்கிறேன்.

எழுத்தும் திருட்டும்

Immature Poets imitate; Mature Poets Steal; Bad Poets deface what they take, and good poets make it into something better, or at least something different.

இப்படி ஒரு வரியை டி.எஸ்.எலியட் எழுதியிருக்கிறார். ஒரு படைப்பைத் திருட்டாக மாற்றுவது எது, தூண்டுதல் என்பது என்ன என்பதற்கு இணையான உரையாடல் இது.

எடுப்பதை எங்கே எப்படிப் பயன்படுத்துகிறோம் என்பது முக்கியம். உண்மையில் அதுதான் ஒரு கலைஞனின் உயரத்தைக் காட்டுகிறது. ஒரு குத்துப்பாட்டிலிருந்து என்னுடைய தீவிரமான அரசியல் கவிதை ஒன்றின் வடிவத்தை உருவிக்கொண்டேன் என்று சொன்னால் யாரும் நம்பக்கூட மாட்டார்கள்.

எடுப்பது சரி தவறு என்பது எல்லாம் நாம் அதை எப்படிப் பயன்படுத்துகிறோம் என்பதில் இருக்கிறது. வித்தை தெரிந்தவன் எடுத்தால் பறிகொடுத்தவனுக்கேகூட சொன்னால்தான் தெரியும்.

ஒரு படைப்பை எடுக்கப்பட்ட இடத்தைவிடக் கண்றாவியாகப் பயன்படுத்துவோம் என்றால் அது வன்புணர்ச்சியன்றி வேறில்லை. எடுத்த இடத்தின் உயரத்துக்கே பயன்படுத்துவது அவ்வளவு மோசமான விஷயம் இல்லை. எடுத்த இடத்தைவிட சிறப்பாகப் பயன்படுத்துபவன் மகாகலைஞன். அவனுக்கு ஒரு பொருளுக்குள்ளேயே இன்னொரு பொருளை ஒளித்து வைக்கும் வித்தை கைவந்திருக்கும்.

படைப்பு எனும் குற்றம்

ஒருமுறை எனக்குத் தெரிந்த காவல் துறை அதிகாரி ஒருவரிடம் பேசிக்கொண்டிருந்தபோது, காப்காவை ஆராதிக்கும் நபர்களிடம் எச்சரிக்கையாய் இருங்கள் என்று விளையாட்டாய்ச் சொன்னார். ஏனென்று கேட்டேன். அன்று காலை ஏர்ப்போர்ட்டில் மிகுந்த ஸ்டைலான இளைஞன் ஒருவன் இரண்டு வெளிநாட்டவர்களுடன் நின்று கொண்டிருந்ததாகவும் ஏதோ சந்தேகம் வந்து அவனைப் பிடித்து விசாரிக்க அவன் கிலோ கணக்கில் போதைப்பொருள் வைத்திருந்ததாகவும் குறிப்பிட்டார். அவன் கையில் இருந்த இன்னொரு பொருள் காப்காவின் படைப்புகள் என்ற புத்தகம். விசாரணை முழுக்க சம்பந்தா சம்பந்தம் இல்லாமல் உளறிக்கொண்டே இருந்தானாம். அதனால் காப்கா புக் எடுத்துச் செல்பவர்கள் இனி கொஞ்சம் கவனமாக இருங்கள். பாவம்! இருத்தலியலின் அந்தத் துயரக் குழந்தை.

நான் அந்த போலீஸ்காரர் விளையாட்டாகச் சொன்னதையே யோசித்துக்கொண்டிருந்தேன். எனக்கு சில காப்கா பைத்தியங்களைத் தெரியும். நானே அப்படி இருந்தவன்தான். கொஞ்சம் அறிவார்த்தம் இருந்து தன்னை நோகும் மனவாகும், ஒடுங்குதலும், சுயவதை, பிறவதை மிகு குணங்களும், தத்துவார்த்த நோக்கும் இருந்துவிட்டால் நீங்கள் காப்கா ஆவதை யாருமே தடுக்க முடியாது. கூடவே கொஞ்சம் லாகிரி வஸ்து பழக்கமும் சேர்ந்துகொண்டால் பிறகு நீங்கள் காப்கா ஆக வேண்டியது இல்லை. காப்காதான் நீங்களாக வேண்டும் எனும் அளவு உயர்ந்துவிடுவீர்கள்.

இந்தப் பதிவில் காப்காவை மட்டம் தட்டும் நோக்கம் எனக்கு இல்லை. காப்காவை நாம் எப்படிப் புரிந்துகொள்கிறோம் என்று சொல்கிறேன்.

காப்கா பைத்தியங்களைப் பற்றி சொல்லிக்கொண்டு இருந்தேன் அல்லவா? அவர்களில் சிலர் சிகிச்சை கொடுக்க வேண்டிய அளவுக்குப் பைத்தியங்கள். கிரிஸ்டியன் பாலா அதில் ஒருவர். பெயர் மட்டும் அல்ல ஆளும் வித்தியாசமானவர்தான். கிரிஸ்டியன் பாலா போலந்தின் புகழ் பெற்ற எழுத்தாளர். மிக முக்கிய அறிவுஜீவி. காப்காவும் நீட்ஷேவும் அவரின் சிந்தனையை தீவிரமாகப் பாதித்த ஆளுமைகள். பாலா இப்போது இருப்பது சிறையில். ஒரு கொலைக் குற்றம் நிரூபிக்கப்பட்டு இருபத்தைந்து ஆண்டுகள் ஆயுள் தண்டனையில் இருக்கிறார் இந்த அறிவுஜீவி. இவரின் *Amok* நாவல் இன்னமும் ஆங்கிலத்துக்கே வரவில்லை என்று நினைக்கிறேன். நான் பாலாவை அறிந்துகொண்டது ஒரு திரைப்படத்தின் மூலம். அந்தப் படத்தின் பெயரும் அமோக்தான்.

போலந்தின் வ்ரோக்லா நகரில் உள்ள ஓர் ஏரியில் 2000-ஆம் ஆண்டில் ஒரு நாளில் ஒரு பிணம் மிதந்துகொண்டிருக்கிறது. கடுமையாகத் தாக்கி கைகளைப் பின்புறமாகக் கட்டி, கால்களைப் பின்புறமாக மடக்கி, கணுக்கால்களை சேர்த்துக்கட்டி, அந்தக் கயிற்றை அப்படியே முதுகுப்புறமாய்க் கொண்டு சென்று கழுத்தில் சுருக்கிடப்பட்டிருக்கிறது. சத்தமிட முடியாதபடி வாயில் துணி செருகப்பட்டிருக்கிறது. முகத்தில் தாக்கிய காயங்கள் தவிர வேறு காயங்கள் இல்லை. மூச்சுத் திணறித்தான் உயிர் பிரிந்திருக்கிறது. காலுக்கும் கழுத்துக்கும் முடிச்சிடப்பட்டதால் தண்ணீரில் தத்தளிக்கும்போது கால்களை உதறினால் முடிச்சு குரல்வளையை இறுக்கும்.

இறந்தது ஜெனிஸ்ஜீவ்ஸ்கி எனும் சிறு தொழில் அதிபர். ஒரு நாற்பது வயதிருக்கும். போலீஸ் போய் விசாரித்தால் அவரின் மேல் எந்தப் புகாரும் குற்றப்பின்னணியும் இல்லை. சுத்தமான மனிதன். தொழில்முறைப் பகைவர்கள்கூட இல்லை. காணாமல் போன மதியம் உணவு இடைவேளையில் வீட்டுக்குச் செல்வதாக சொல்லிவிட்டுச் சென்றிருக்கிறார். ஆனால், வீட்டுக்கே செல்லவில்லை. யாரோ ஒரு நபர் காரில் ஏற்றிச் சென்றதாகச் சொல்கிறார்கள்.

போலீஸ் எந்தக் கோணத்தில் எப்படி விசாரித்தும் ஒன்றுமே கண்டுபிடிக்க முடியவில்லை. கேஸை கிடப்பில் போட்டு விடுகிறார்கள்.

கண்டுபிடிக்க முடியாத வழக்குகளை துருவித்துருவி ஆராய்ந்துகொண்டே இருப்பதற்கு சிலர் இருக்கிறார்கள். அது ஒரு தனிப் படிப்பு. அதில் தேர்ச்சியுள்ள போலீஸ் அதிகாரி ஒருவர் ஒரு நான்கு வருடங்கள் கழித்து இந்தக் கேஸை தூசு தட்டுகிறார். இவருக்கும் ஒன்றுமே புரியவில்லை. ஆனால், இந்தக் கொலை நடந்த விதம் மட்டும் ஏனோ மனதில் உறுத்திக்கொண்டே இருக்கிறது. எங்கோ இதைப் பற்றிக் கேள்விப்பட்டிருக்கிறோமே எங்கே என்று மூளையைக் கசக்க, மண்டைக்குள் பல்பு எரிகிறது. யெஸ்... ஒரு நாவலில் இதைப் படித்திருக்கிறார். இதே போல ஒரு கொலை செய்யும் முறையை... அந்த நாவலின் பெயர் அமோக். கிருஸ்டியன் பாலா என்பவர் எழுதிய அவ்வளவாகப் புகழ்பெறாத நாவல்.

அந்த நாவலை அந்த அதிகாரிக்குமேகூட அவ்வளவாகப் பிடிக்கவில்லை. காரணம் அதன் கதைகூறும் முறை. அதில் இருக்கும் வெளிப்படையான செக்ஸ். கெட்ட வார்த்தைகள். ஏதோ எழுதியிருந்ததே என்ன அது, Transgressive-Non linear Novel.. Pedophilic-Schizophrenic mood with Anti-Status quo aggressive approach.

அவருக்கு இது எல்லாம் என்னவென்றே புரியவில்லை. படித்தால் இதெல்லாம் இலக்கியமா என்று தோன்றியது. மீண்டும் மீண்டும் அதைப் படித்தார். இந்த ஆள் சிக்கலானவன் என்பது மட்டும் புரிந்தது. நேரே பாலாவைச் சென்று சந்தித்து அவரின் நாவல் ஒன்றின் சம்பவம் ஒரு நிஜக் கொலையை ஒத்திருக்கிறது என்று கூறி இந்த வழக்கில் அவரால் உதவ முடியுமா என்று கேட்கிறார். பாலா தனக்கு நிறைய வேலை இருக்கிறதென மறுத்துவிடுகிறார்.

பேசவும் பழகவும் மிகத் தன்மையான சுபாவம். அமைதியான, குழப்பங்களற்ற முகம். இவனா இப்படி எல்லாம் பச்சை பச்சையாக ஆபாசமாக எழுதுகிறான் என்று தோன்றியது.

பின் தொடர்ந்து கவனித்தபோது, பாலாவின் நடவடிக்கைகள் சாதாரண மனிதன் போல் இல்லைதான். ஆனால், பல

எழுத்தாளர்களைப் போலவே விநோதமாக இருந்தது. இரவெல்லாம் குடி, குத்தாட்டம், ஹெராயின், பிராத்தல் பகல் எல்லாம் தூக்கம். மதியத்துக்கு மேல் எழுத்து. மீண்டும் குடி என்று கோலாகலமாய்ச் சென்றது.

மறுபுறம் வ்ரொக்லா நகரின் மொத்த போலீஸ் டீமும் நவீனஇலக்கிய வாசகர்களாகிவிட்டார்கள். கிரிஸ்டியன் பாலா மட்டும் இன்றி கதே, நீட்ஷே, காப்கா, காம்யூ, மார்க்வெஸ் டீ சேத், மாக்கியவல்லி, மாச்சோ, பால் டி மான், மூார் பத்தாய், நபகோவ், போர்ஹெஸ் என உலகின் எல்லா கிறுக்கர்களையும் படித்து பாலாவைப் புரிந்துகொள்ள முயன்றார்கள்.

அமோக் நாவலை பக்கம் பக்கமாய் க்ரூப் ஸ்டடி செய்து கட்டுடைத்தார்கள். விவாதம் புரிந்தார்கள். எல்லோருக்குமே அந்த நாவல் அந்தக் கொலையின் அற்புதமான சாட்சி எனப் புரிகிறது. ஆனால், இதைக் கோர்ட்டில் சொல்ல முடியுமா? எப்படி நிரூபிக்க?

ஒரு வழியாய் அந்த நாவலைக் கொண்டே ஆதாரங்களைத் திரட்டி, பாலாவைக் கைது செய்து சிறையில் அடைத்தார்கள்.

தன் மனைவிக்கும் கொல்லப்பட்ட நபருக்கும் தொடர்பு இருப்பதாகச் சந்தேகம் இருந்ததால் கொன்றதாகக் குற்றம் சாட்டினார்கள். எல்லாம் நாவலில் கண்டுபிடித்த குறியீடுகள்தான்(?)

கைது செய்யப்படும்போது பாலா இன்னொரு நாவலை எழுதிக்கொண்டிருந்தார். அதிலும் ஒரு கொலை நிகழ்கிறது. ஒருவன் புணர்ச்சியின்போது தன் மனைவியை கழுத்தை நெறித்துக் கொள்கிறான். (அல்தூஸர்?)

2007-இல் கோர்ட் பாலாவுக்கு அவரது நாவலையே சாட்சியாகக் கருதி ஆயுள் தண்டனை அறிவிக்கிறது. பாலா அந்த விசாரணை அதிகாரி மிகுந்த தனிப்பட்ட வன்மத்தோடு நடந்துகொண்டதாக ஒரு பேட்டியில் சொல்லியிருக்கிறார். பாலாவுக்கு நாள்தோறும் வாசகர் கடிதங்கள் சென்றுகொண்டே இருக்கின்றன. பாலா சமீபத்தில் தன் அடுத்த நாவலை அறிவித்துள்ளார்.

பாடும் பறவை ஒன்றைக் கொலை செய்தல்

To Kill a Mocking Bird என்பதற்கு மேற்சொன்ன தலைப்பு சரியானதுதானா எனத் தெரியவில்லை. ஆனால், கடந்த பல நாட்களாகவே இந்த நாவல் மற்றும் படத்தைப் பற்றி எழுத வேண்டும் என நினைத்துக்கொண்டிருந்தேன். இடையில் இந்த metoo சர்ச்சைகள் வந்ததால் கொஞ்சம் தயங்கினேன். ஏனெனில், இந்த நாவல் அல்லது படம் அதற்கு நெருக்கமானது.

சுமார், இருபத்தைந்து வருடங்கள் இருக்கும். அநேகமாய் நான் ஒன்பதாம் வகுப்பு படித்துக்கொண்டிருந்தேன். பள்ளி விடுமுறையில் பாட்டி ஊருக்குச் சென்றிருந்தேன்.

ஈரோடு மாவட்டத்தில் ஒரு கிராமம். குண்டடம் அருகே உள்ள மானூர்பாளையம். மிகச் சிறிய கிராமம்தான். ஊர்க் கிணற்றின் எதிரே பெரிய ஆலமரம் இருக்கும். மரத்தடியில் ஒரு பிள்ளையார் இருப்பார். நாங்கள் அந்த மரத்தடியில் விளையாடுவோம். அன்று மதியம் அப்படி விளையாடும்போது அருகில் இருந்த ராமர் கோயில் பின்புறம் இருந்து ஒரு சத்தம்.

அய்யோ சாமி சாமி அடிக்காதிங்க. நான் ஒண்ணும் பண்லீங்க. விட்றுங்க பன்னாடி! விட்றுங்க பன்னாடி என்று கூக்குரல்.

போய் பார்த்தால் கிட்டான் அழுதுகொண்டிருக்கிறான். அவனது மகனைப் போட்டு ஒருவர் அடித்துக்கொண்டிருக்கிறார். கிட்டான் அந்தச் சுற்று வட்டாரத்தில் நன்கு அறியப்பட்ட மனிதர். அருந்ததியர் சமூகத்தைச் சேர்ந்தவர். அந்தப் பகுதிகளில் எங்கு இழவு விழுந்தாலும் தப்படிக்கக் கிட்டானைத்தான் அழைப்பார்கள். வித்தகம் நிறைந்த விரல்கள். ஆடாத கால்களையும் ஆடச் செய்வார். குணத்தில் தங்கம். யார்

வம்புக்கும் போகமாட்டார். பரமசாது. அவருக்கும் அவர் மகனுக்கும்தான் ஏதோ பிரச்சனை.

என்னவென்று போய்ப் பார்த்தோம். ராமர் கோயிலுக்கு வந்த ஒரு சாதி இந்து வீட்டு இளம்பெண்ணிடம் கிட்டான் மகன் தவறாக நடந்துகொண்டானாம். இதுதான் பஞ்சாயத்து. எல்லோரும் என்ன ஏதென்று விசாரிக்காமலேயே அவனைப் போட்டு அடித்துத் துவைத்துக் கொண்டிருந்தார்கள். பிற்பாடு, போலீஸ் வந்து அழைத்துச் சென்றது.

கிட்டத்தட்ட இதுதான் To kill a Mocking bird நாவலின் படத்தின் கதையும். அமெரிக்காவின் தெற்கு அலபாமா மாகாணத்தின் மான்றோவில் எனும் சிறு நகரில் 1930-களில் நடைபெறுகிறது இக்கதை.

போரால் ஏற்பட்ட கடுமையான பொருளாதார நெருக்கடியின் காலம். இதை, க்ரேட் டிப்ரஸன் என்று சொல்வார்கள் பொருளாதார நிபுணர்கள்.

மான்றோ நம் பொள்ளாச்சியைப் போன்ற சிறு நகரம். இங்கிருக்கும் பெரும்பாலானவர்களுக்கு வேலை வாய்ப்புகள் இல்லை. கடுமையான கறுப்பர்-வெள்ளையர் இனப்பாகுபாடுகள் இன்னொரு புறம்.

அரசு ஆப்ரோ அமெரிக்கர்கள் என்ற அடைமொழியோடு அவர்களுக்கு எதிரான வன்கொடுமைகளுக்கு எதிராகச் சட்டங்கள் இயற்றியிருந்தாலும் ஊர்ப்புறங்களில் சூழல் பெரிதாக மாறியிருக்கவில்லை.

படம் மூன்று குழந்தைகளை மையமாக வைத்து இயங்குகிறது. குறிப்பாக, ஸ்கவுட் எனும் ஆறு வயது வெள்ளைச் சிறுமி. அவள்தான் நாயகி. அவள்தான் படத்தின் கதையை அவ்வப்போது விவரிக்கிறாள். அவளின் கோணத்தில்தான் படம் நகர்கிறது.

பால்யத்தின் குழப்பங்களும் அச்சங்களும் விநோதமான சந்தேகங்களும் புரியாமைகளும் நிறைந்த ஸ்கவுட்டுக்கு ஒரு அண்ணன் இருக்கிறான். ஊரிலிருந்து விடுமுறைக்கு ஒரு சிறுவன் வருகிறான். இவர்கள் மூவரும்தான் கூட்டாளிகள். அந்த குட்டி கிராமத்தின் சிறு சிறு மர்மங்கள், ரகசியங்கள்,

கட்டுக்கதைகளை எல்லாம் தங்கள் குழந்தைமையின் விரல்களால் தொட்டுத் திறக்கிறார்கள்.

ஸ்கவுட்டின் தந்தை ஒரு வழக்கறிஞர். மிகவும் முற்போக்கான மனிதர். மனிதநேயம் மிக்கவர். ஸ்கவுட்டும் அவள் சகோதரனும் அன்னையற்ற பிள்ளைகள் என்பதால் மிகவும் கரிசனத்துடன் அவர்களை வளர்க்கிறார்.

ஊரின் மூலையில் உள்ள வீட்டில் பூ என்று ஒரு சைக்கோ வாழ்ந்துவருகிறான். அங்கு சென்றால் அவன் குழந்தைகளைக் கொன்று விடுவான் என்றும் அவன் பல ஆண்டுகளாக வெளியே வந்ததில்லை என்றும் வேலைக்காரக் கறுப்பினப் பெண் ஸ்கவுட்டிடம் சொல்லியிருக்கிறாள். ஆனால், ஸ்கவுட்டுக்கும் அந்தச் சிறுவர்களுக்கும் அந்த வீட்டில் என்ன நடக்கிறதெனப் பார்க்க ஆர்வம்.

ஒருமுறை அந்த வீட்டின் அருகில் உள்ள மரப்பொந்தில் பொம்மை ஒன்று இருப்பதைப் பார்த்து எடுத்து வருகிறார்கள்.

ஸ்கவுட்டின் அப்பாவுக்கு கோர்ட்டில் ஒரு வழக்கு வருகிறது. டாம் எனும் கறுப்பு இளைஞன் ஒரு வெள்ளையினப் பெண்ணைப் பாலியல் பலாத்காரம் செய்துவிட்டான் என்ற வழக்கு. ஸ்கவுட்டின் அப்பாதான் அந்த டாமின் வழக்கறிஞர். இந்த வழக்கு ஊரையே அதிர வைக்கிறது. ஸ்கவுட்டின் அப்பா வெள்ளையர்களால் கடுமையாக அவமானப்படுத்தப்படுகிறார். ஒருமுறை டாமைக் கொல்வதற்காக வெள்ளையர்கள் வருகிறார்கள். ஸ்கவுட்டின் அப்பா வீட்டுக்கு காவல் இருந்து அவனைக் காப்பாற்றுகிறார்.

வழக்கு விசாரணை நடக்கிறது. அந்தப் பெண்ணும் அவளின் உறவினர்களும் டாம் எனும் கறுப்பன் அவளை மானபங்கப் படுத்தியாகச் சொல்கிறார்கள். அவளின் இடது கன்னத்தில் கடுமையாக டாம் தாக்கிய காயங்கள் இருப்பதாகச் சொல்கிறார்கள்.

ஆனால், டாமிடம் விசாரிக்கும்போது டாமின் வலது கை வேலை செய்யும்போது ஒரு விபத்தில் செயல் இழந்தது தெரியவருகிறது. உண்மையிலேயே அந்தப் பெண் தாக்கப்பட்டாள்தான். ஆனால், அதைச் செய்தது டாம் அல்ல.

இளங்கோ கிருஷ்ணன்

இன்னொரு வெள்ளையன். சந்தர்ப்ப சூழ்நிலைகளால் டாம் இதில் சிக்க வைக்கப்படுகிறான்.

வழக்கின் தீர்ப்பு ஒத்திவைக்கப்படுகிறது. அன்று மாலையே டாம் கொல்லப்படுகிறான். சிறையில் அடைக்கக் கொண்டு செல்லும் வழியில் டாம் தப்ப முயன்றதாகவும் அதனால் சுட்டுக் கொல்ல நேர்ந்ததாகவும் போலீஸ் சொல்கிறது.

மறுபுறம், ஒரு வெள்ளையன் ஸ்கவுட்டின் அப்பா மேல் உள்ள கோபத்தில் ஸ்கவுட்டைக் கொல்ல முயல்கிறான். அப்போது அந்த பூ, சைக்கோ என ஊரால் இகழப்பட்டவன்- அவன் தான் ஓடி வந்து காப்பாற்றுகிறான். மரப்பொந்துகளில் குழந்தைகளுக்குப் பரிசுகள் வைக்கும் சைக்கோவும் அவன்தான் என ஸ்கவுட் தெரிந்துகொள்கிறாள்.

இந்த நாவல் ஹார்ப்பர் லீயின் சிறுவயது நினைவுகளால் ஆனது. இதில் வரும் சிறுமி ஸ்கவுட் அவர்தான். இது கறுப்பு வெள்ளை காலத்திலேயே சினிமாவாக எடுக்கப்பட்டது. படம், நாவல் இரண்டுமே உலகப் புகழ் பெற்றவை.

நாவலின் ஓர் இடத்தில் மாக்கிங் பேர்டு எனும் பாடும் பறவைகளைக் கொல்வது பாவம் என்கிறார்களே, ஏன் என்று சிறுமி ஸ்கவுட் கேட்பாள்.

அதற்கு வேலைக்கார கறுப்புப் பெண் சொல்வாள். "அவை இந்த உலகைத் தங்கள் பாடல்களால் அலங்கரிக்க மட்டுமே இங்கு வருகின்றன. அதை தவிர அவற்றுக்கு ஒன்றுமே தெரியாது. அதனால்தான் பாடும் பறவைகளைக் கொல்வது பாவம் என்கிறார்கள்."

புலியின் தனிமை

மெலட்டோனின் என்று ஒரு ஹார்மோன் உள்ளது. நம் மூளையை மூளையாக இயங்கவைக்கும் ஹார்மோன் இது என்கிறார்கள். உச்சந்தலையில் உள்ள பீனல் எனும் நாளமில்லா சுரப்பியில்தான் இது சுரக்கிறது. அதுவும் கண்ட நேரத்தில் எல்லாம் சுரக்காது. நள்ளிரவில் விளக்குகள் ஏதும் இல்லாத அல்லது ஒளி குறைந்த விளக்குகள் உள்ள சூழலில்தான் மெலட்டோனின் சுரக்கும்.

தொடர்ந்து பின் இரவுகளில் உறங்காமல் பேஸ்புக் நோண்டிக்கொண்டிருந்தால் இந்த மெலட்டோனின் சுரப்பு பாதிக்கப்படுகிறது. தேவை இல்லாத ஸ்ட்ரெஸ், டென்சன், படபடப்பு, சோர்வு எல்லாம் அதன் உபவிளைவுகள். இங்கு முகநூலில் உள்ள பலரிடமும் செல்போனைப் பிடிங்கி வைத்து விட்டு உறங்க அனுப்பினாலே பல போலி அனார்கிச மனோபாவங்கள் தணிந்துவிடும். முறையான உறக்கமின்மைதான் பல பிரச்சனைகளுக்கும் காரணம்.

டாக்ஸி ட்ரைவர் படத்தில் நாயகனான ராபர்ட் டி நிரோவுக்கு இதுதான் நிகழ்கிறது. தொடர்ந்து பல இரவுகள் உறங்காமல் நியூயார்க் நகரில் இரவு நேர டாக்ஸி ஓட்டிக்கொண்டிருக்கிறான்.

கப்பல் படையில் பணியாற்றியவன். அதனால் இயல்பிலேயே ஓர் ஒழுங்கும் வெளிப்படைத்தன்மையும் கொஞ்சம் மூர்க்கமும் கொண்டவன்.

உறக்கமற்ற இரவுகளும் தனிமையும் வாட்ட நியூயார்க் நகர வீதிகளில் அநாதை போல் உலவிக் கொண்டிருக்கிறான்.

ஒருநாள் அழகான யுவதியைப் பார்த்துக் காதல்வயப்படுகிறான். அவனது அதிரடியான செயல்களையும் தன்னம்பிக்கையையும்

இளங்கோ கிருஷ்ணன் 37

பார்த்து அவளும் அவனுடன் நட்பாகிறாள். ஆனால், முதல் டேட்டிங்கிலேயே அவளை அவன் ஒரு பலான படத்துக்கு அழைத்துச் செல்ல, அவள் அருவறுத்து அங்கிருந்து வெளியேறுகிறாள். அவனை விட்டு விலகுகிறாள்.

மீண்டும் தீராத தனிமையிலும் உறக்கமின்மையிலும் வீழ்கிறான். அவனின் மூளை தப்புத் தப்பாய் சிந்திக்கத் தொடங்குகிறது. அவளைக் கொல்லவோ எதற்கோ துப்பாக்கி வாங்குகிறான். இடையில் ஓர் அரசியல்வாதியைக் கொல்ல முயல்கிறான்.

பிறகு, பிராத்தல் ஒன்றில் நுழைந்து ஒரு பதிமூன்று வயதுச் சிறுமியை மூளைச்சலவை செய்து தொழிலுக்குப் பயன்படுத்தும் அவளின் காதலனையும் அந்த லாட்ஜ் முதலாளியையும் சுட்டுக் கொல்கிறான்.

மார்ட்டின் ஸ்கார்செசி இயக்கியிருக்கும் நியோ நாய்ர் ஜானரைச் சேர்ந்த படம்.

இந்தப் படத்துக்கு இன்ஸ்ப்ரேஷன் என்று *le Samourai* என்ற ஃப்ரெஞ்ச் படத்தைச் சொல்கிறார்கள்.

அந்தப் படத்தைப் பற்றி இன்னொரு தருணத்தில் சொல்கிறேன். அது இதைவிட அற்புதம். இப்போதைக்கு அவ்வளவுதான் சொல்ல முடியும். கார் பயணக்காட்சிகளின் க்ளோசப்புகள், காரைக் காட்டுவது, காருக்குள் இருந்து தெருவைக் காட்டுவது என்பது முதல் நாயகனின் தனிமை நிரம்பிய அறை, ஒரு புலி போல் அவன் தன் தனிமையில் அலைவது என எல்லாவற்றையும் அந்த ஃப்ரெஞ்ச் படத்திலிருந்தே எடுத்திருக்கிறார் ஸ்கார்சசி. அதற்காக, அவரை சாதாரணமாக எடை போட வேண்டாம். மனிதர் ராட்சஷன்.

டாக்சி ட்ரைவர் படம் பார்க்கும் போது எனக்கு போர்ஹெஸின் புலி பற்றிய படிமங்கள் நினைவுக்கு வந்துகொண்டே இருந்தன.

There is no greater solitude than that of the samurai unless it is that of the tiger in the jungle... Perhaps என்ற புஷிடோவின் வரிகளும் இன்று வாசிக்கக் கிடைத்தது.

இந்த இரவின் உறக்கமின்மையும் தனிமையும் தங்கள் உறக்கமின்மையில் புலி போல் உலவும் அந்த மேதைகளுக்கானது.

மனிதன் எனும் நல்லவன்!

Wild Tales படம் எனக்கு தஸ்தாயெவ்ஸ்கியை நினைவூட்டியது. குறிப்பாக, அவரது குற்றமும் தண்டனையும் நாவலின் வேறொரு வடிவம் என்று தோன்றியது.

மனிதன் தன்னுடைய தவறுகளுக்கு வக்கீலாகவும் மற்றவர்களின் தவறுகளுக்கு நீதிபதியாகவும் இருக்கிறான் என்று ஒரு பொன் மொழி உண்டல்லவா, அநேகமாய் அதுதான் இந்தப் படத்தின் மையமாய் இருக்கக்கூடும்.

இதை ஒரு படம் என்று சொல்ல முடியாது. ஆறு குறும் படங்களின் தொகுப்பு. ஒன்றோடு ஒன்று நேரடியாகத் தொடர்பு இல்லாத ஆறு படங்கள். ஒரு குற்றம் அதனால் பாதிக்கப்படும் மனம் கொடுக்க விரும்பும் தண்டனை. அதனால் விளையும் வன்முறை. இது ஆறு குறுங்கதைகளுக்குமே மையமாக இருக்கிறது.

நாம் நம்முடைய தவறுகளை எந்த அளவு மன்னிக்கத் தயாராக இருக்கிறோமோ அந்த அளவுக்கு மற்றவர்களின் தவறுகளைத் தண்டிக்கத் துடிக்கிறோம். நம்முடைய தவறுகள் நம் பல்லே நம் நாக்கைக் கடித்துக்கொள்வதைப் போல விபத்துகள் என நினைக்கிறோம். மற்றவர்களின் தவறுகளை திட்டமிட்ட பாதகம் என நினைக்கிறோம். வெகுண்டு எழுந்து தண்டிக்கிறோம்.

அடுத்தவர் தவறின் முன் ஏன் இப்படி அநீதியாய் நடந்து கொள்கிறோம். உண்மையில் அவர்களின் அந்தக் கீழ்மை வழியாக நாம் பார்ப்பது நம்முடைய கீழ்மையையேதானா? அதனால்தான் அத்தனை அறச்சீற்றத்துடன் வெகுண்டு எழுகிறோமா?

நாயகியின் தந்தையைக் கொன்ற வட்டிக்காரனைப் பழி வாங்க அவளின் ரெஸ்டாரண்ட்டில் வேலை செய்யும் கிழவி ஏன் துடிக்கிறாள். நாயகியே வேண்டாம் எனும் போதும் அவள் ஃப்ரெஞ்ச் ஃப்ரையில் எலி விஷம் கலந்து கொடுக்கிறாள். அவள் ஏற்கெனவே சிறைக்குச் சென்று வந்தவள். குற்றத்துக்கு அஞ்சாதவள். எனவே, நாயகியின் தந்தையைக் கொன்றவனை எலி விஷம் வைத்துக் கொல்ல வேண்டும் என்கிறாள். இவ்வுலகம் கிரிமினல்களால் ஆளப்படுகிறது என்கிறாள். நாம் அவர்களைக் கொன்று இச்சமூகத்தைக் காக்க வேண்டும் என்கிறாள். அந்நேரத்தில் அவளிடம் வெளிப்படுவது என்ன மாதிரியான அறவுணர்ச்சி? உண்மையில் அது அறவுணர்வே இல்லை. அவளின் கீழ்மைதான் வெளிப்படுகிறது. அவனின் கீழ்மை ஏதோ ஒருவிதத்தில் அவளுக்கு அவளின் கீழ்மையை நினைவூட்டுகிறதோ என்னவோ? அதைக் காணச் சகியாமல்தான் அப்படி நடந்துகொள்கிறாளா? உண்மையில் அவனை தண்டிப்பதின் வழியே அவள் தண்டிப்பது தன்னையேதானா? அவனை தண்டித்து தான் ஒரு நேர்மையானவள் எனத் தன் மனசாட்சியைச் சமாதானப்படுத்திக் கொள்கிறாளா? குற்றவுணர்வில் இருந்து தப்பிக்கும் உத்தியாகத் தண்டனையைப் பயன்படுத்துகிறதா மனித மனம்?

நாம் ஏன் பழி வாங்க வேண்டும், தவறுகளை மன்னித்தால் என்ன? இது ஒரு தத்துவார்த்தமான கேள்வி. நாம் ஏன் மன்னிக்க வேண்டும், தண்டித்தால்தான் என்ன? இதுவும் ஒரு தத்துவார்த்தமான கேள்விதான்.

மதங்கள் மனிதனுக்குப் போதுமானதாய் இருந்தவரை, மேல் உலகம் கிடைக்க வேண்டுமானால் தவறு செய்யாதே.. தவறை மன்னித்துப் பழகு என்பது ஏற்றுக்கொண்ட கருத்தாக இருந்தது.

நவீன நூற்றாண்டுகள் கடவுளின் இருப்பைக் காலி செய்யவும் இப்படியான கேள்விகள் தீவிரமாய் வந்து அமர்ந்துகொண்டன.

உண்மையில் இரு நூறு வருடங்களுக்கு முன்பே மேற்குலகின் சிந்தனையாளர்களான ஹெகல், காண்ட், சோபன்ஹேவர் போன்றவர்கள் இதைப் பற்றிச் சிந்தித்திருக்கிறார்கள்.

மனிதனுக்கு நல்லதனம் ஏன் வேண்டும் என்ற கேள்விக்கு காண்ட் போன்றவர்கள் அது ஒழுங்கான சமூக இயல்புக்குத் தேவையான ஏற்பாடு என்கிறார்கள். கிட்டதட்ட பிளேட்டோனிய சிந்தனையும் இப்படியானதுதான். ஹெகல் வரலாற்றின் முன் நகர்வுக்கு அது அவசியம் என்கிறார். சோபன்ஹேவர் இந்த இரு கருத்துகளுமே மிகுந்த புறவயமானவை என்கிறார். உள்ளார்ந்த முறையில் மனிதனின் நிறைவுக்கு அவனின் நல்லதனமே அவனுக்குத் தேவை. இல்லாவிடில் ஒரு விலங்கைவிட அவன் எங்ஙனம் மேம்பட்டவன் என்கிறார்.

எதிர்பார்த்ததைப் போலவே நீட்ஷே மன்னித்தலை நிராகரிக்கிறார். ஏழு முறை அல்ல ஏழாயிரம் முறையும் எழுபதாயிரம் முறையும் மன்னியுங்கள் என்ற தேவகுமாரனின் சொற்களை அவர் ஏற்பதேயில்லை. அதிகாரத்தைக் கையில் எடுப்பவனே அதி மனிதன் என்று கர்ஜிக்கிறார்.

தண்டனை ஒரு போதும் குற்றத்தை நிவர்த்தி செய்யாது. ஆனால், நம் அகம்பாவத்தின் தாழ்வுணர்ச்சிக்கும் பெருமிதத்துக்கும் அது எப்போதும் தேவை. அதனால்தான் உங்களில் யார் பாவம் செய்யவில்லையோ அவர்கள் முதல் கல்லை எறியுங்கள் என்று தேவ குமாரன் சொன்னதும் அவசர அவசரமாய் எல்லோரும் கல்லை எடுக்கிறோம்.

நான் அவனல்ல

*D*og Day Afternoon என்றொரு ஹாலிவுட் படம். அல் பாசினோ இளமைக் காலத்தில் நடித்தது. அதில் அல் பாசினோவும் இன்னும் இரண்டு நண்பர்களும் சேர்ந்து ஒரு வங்கியைக் கொள்ளையிடச் செல்வார்கள். வங்கிக்குள் நுழைந்த சில நிமிடங்களிலேயே ஒரு நண்பன் பயந்து போய் என்னால் முடியாது, நான் செல்கிறேன் என ஓடிவிடுவான். அல் பாசினோவும் இன்னொரு நண்பனும் மட்டும் துப்பாக்கி முனையில் அனைவரையும் மிரட்டி லாக்கரைத் திறந்து பார்த்தால் வங்கியில் பணமே இருக்காது. எல்லாப் பணத்தையும் ஏற்கெனவே, ரிசர்வ் வங்கிக்காரர்கள் எடுத்துச் சென்றிருப்பார்கள். சரி என்று இருக்கும் மிச்ச சொச்சத்தையாவது எடுத்துக்கொண்டு தப்புவதற்குள் போலீஸ் சுற்றி வளைத்துவிடும். பிறகு, அவர்கள் எப்படித் தப்பித்தார்கள் அல்லது பிடிபட்டார்கள் என்பதுதான் மிச்சக் கதை. கறுப்பு நகைச்சுவை வகைப் படம். அல் பாசினோ நன்றாக நடித்திருப்பார்.

படத்தில் போலிஸுடன் பேச்சுவார்த்தை நடந்து கொண்டிருக்கும்போது அல் பாசினோ என் காதலி இங்கு வர வேண்டும் என்று நிபந்தனை விதிப்பார். ஒரு வழியாய் போலீஸ் தேடிப் பிடித்து அவரின் காதலியைக் கொண்டு வந்து நிறுத்துவார்கள். பார்த்தால் அது ஓர் ஆண். அல் பாசினோவின் நடவடிக்கைகளில் பயந்து காதலை முறித்துக்கொண்டு விலகி இருப்பான். இருவருக்கும் நிறைய கருத்து வேறுபாடுகள் சச்சரவுகள் இருக்கும். (அல் பாசினோவுக்கு ஏற்கெனவே மணமாகி ஒரு குழந்தை இருக்கும்... இப்படியான சூழலில்தான் ஓர் ஆணோடு காதல்) தன்னோடு வெளிநாட்டுக்கு வந்துவிடும்படி காதலியை அழைக்க அவன் மறுத்துவிடுவான்.

மறுநாள் ரேடியோவில் வங்கியை முற்றுகையிட்டிருக்கும் கொள்ளையர்கள் ஹோமோ செக்ஸுவல்ஸ் என்ற அறிவிப்பு

இளங்கோ கிருஷ்ணன் 43

வரும். அல் பாசினோவோடு சேர்ந்து வங்கிக் கொள்ளைக்கு வந்திருக்கும் நண்பன் அதிர்ந்துவிடுவான். அவன் ஒரு தீவிர கத்தோலிக்கன். வங்கி ஊழியராய் இருக்கும் பெண் ஒருவர் சிகரெட்டை அவனுக்குக் கொடுத்தபோதுகூட 'உடல் என்பது கடவுளின் புனிதமான வசிப்பிடம். நான் சிகரெட் பிடிக்க மாட்டேன்' என்பான். அவள் கிண்டலாக, 'அப்படியானால் வங்கியைக் கொள்ளை அடித்து உன் புனித உடலான கடவுளின் கோயிலைக் காப்பாற்றப் போகிறாய் இல்லையா?' என்று கேட்பாள்.

அல் பாசினோ தப்பிச் செல்வற்காக போலிஸுடன் பேசும் போது எல்லாம் அவன் நண்பன், 'நான் ஹோமோசெக்ஸுவல் கிடையாது என்று ரேடியோவில் அறிவிக்கச் சொல்' என நச்சரித்துக்கொண்டே இருப்பான். இதை ஏன் இப்போது சொல்கிறேன் என்றால் ஹோமோசெக்ஸுவல்ஸை ஆதரிப்பதாலேயே ஒருவர் ஹோமோ ஆகிவிடமாட்டார் என்பதற்காகத்தான்.

நான் உங்களின் கனவுகளைக் கனாக் கண்டவன்

"உங்களிடம் ஏதேனும் ஒரு பைத்தியம் இருந்து அதற்குக் கலைத்தன்மை இருந்தால் துணிந்து அதற்கு ஒப்புக்கொடுக்க வேண்டும். ஒருவேளை அது உங்கள் மொத்த வாழ்வையும் அழிக்கும் என்றாலும் அது ஓர் அழகான வீழ்ச்சியே" ஹ்யூகோ படத்தைப் பார்த்தபோது தோன்றிய விஷயம் இதுதான்.

ஜார்ஜ் மெலிஸ் அதிகம் பாடப்படாத நாயகன். ஆமாம், அப்படித்தான் சொல்ல வேண்டும். உலக சினிமா வரலாற்றைப் பற்றிப் பேசும் போது லூமியர் சகோதரர்கள், எடிசன் போன்ற தொழில்நுட்ப முன்னோடிகளைச் சொல்லும் அளவுக்கு ஜார்ஜ் மெலிஸ் பற்றி அதிகம் யாரும் சொல்வது இல்லை.

மெலிஸ் அடிப்படையில் ஒரு மேஜிக் நிபுணர். பொருட்களை விநோதமான முறையில் இணைக்கும்போதும் பிரிக்கும்போதும் உருவாகும் அற்புதங்களை நிகழ்த்திக் காட்டுபவர். இவ்வுலகில் எது எல்லாம் விநோதமானதும் புதிர்மையானதுமாய் இருக்கிறதோ அது எல்லாம் கலையின் கடவுளின் வசிப்பிடங்கள் என நம்புபவர். அவை உருவாக்கும் வியப்புணர்வே மானுட வாழ்வின் தீராத ஆன்மிக அனுபவம் என நம்பும் மீப்பொருண்மையாளர்.

லூமியர் சகோதரர்கள் தங்களின் முதல் சலனப்படமான ரயில் வந்து நிற்கும் காட்சியைப் பொது மக்களுக்கு திரையிடுவதற்கு முன்பு ஒரு சிறப்பு காட்சிக்கு ஏற்பாடு செய்கிறார்கள். அந்த சிறப்புக் காட்சியில் மெலிஸும் பங்கு பெறுகிறார். சலனமற்ற திரையில் திடீரென ஒரு ரயில் தோன்றுகிறது. தடதடவென ஓடி வரும் அது எதிரிலிருந்த

பார்வையாளர்களுக்குள் பாய்கிறது. ஆனால், யாருக்கும் எந்த சேதமும் இல்லை. ரயில் ஃபிளாட்பாரத்தில் நிற்கிறது. சிலர் ஏறுகிறார்கள். சிலர் இறங்குகிறார்கள். சில விநாடிகளில் ரயில் மறைந்து திரை வெள்ளையாகிவிடுகிறது. மெலிஸ் எனும் மேஜிக் நிபுணருக்கு இந்த காட்சியனுபவம் தந்த பரவசம் அபாரமானது.

அவரின் மேஜிசியன் மூளை உடனடியாக இதைத் தன்னுடைய மேஜிக் ஷோவுக்கு பயன்படுத்தினால் எப்படி இருக்கும் என்று யோசிக்கிறது. லூமியர் சகோதரர்களை அணுகி 10,000 ஃப்ராங்குகளுக்குக் கேட்கிறார். அவர்கள் மறுத்துவிடுகிறார்கள். (அதே இரவில் வேறு இரு நிறுவனங்கள் ஐம்பதாயிரம் ஃப்ராங்குகள் வரை கேட்க அதற்கும் மறுத்துவிடுகிறார்கள் லூமியர் சகோதரர்கள்) லூமியர் சகோதரர்களிடம் உள்ளதைப் போன்றே ஒரு புரொஜக்டரை உருவாக்க மெலிஸ் முயற்சியில் இறங்குகிறார். (இதே காலகட்டத்தில் ஐரோப்பா மற்றும் அமெரிக்காவில் வேறு பலரும் இப்படியான புரஜெக்டர்களை உருவாக்க முயல்கிறார்கள்)

மெலிஸ் லண்டனுக்குப் பயணித்து பால் என்பவரிடம் ஒரு அனிமேடோகிராப் புரொஜக்டரையும் எடிசனின் நிறுவனம் உருவாக்கிய சில ஃபிலிம் சுருள்களையும் வாங்கி வருகிறார். அன்று முதல் மெலிஸின் மேஜிக் நிகழ்ச்சிகளின் ஒருபகுதியாக இந்தப் படங்களும் திரையிடப்படுகின்றன. பார்வையாளர்கள் அதிசயிக்கிறார்கள்.

அனிமோட்டாகிராப் தொடர்பான விஷயங்களைத் தானே கற்றுக்கொண்ட மெலிஸ் அந்த இயந்திரத்தையே ஒரு புகைப்படக் கருவியாகவும் மாற்றி வடிவமைக்கிறார். லண்டனுக்குச் சென்று பிலிம்களை வாங்கி வந்து படங்கள் எடுக்கிறார். டெவலப் செய்வதற்கான லேப்கள் ஏதும் இல்லாத சூழலில் தப்பும் தவறுமாக அதையும் கற்றுக்கொள்கிறார் மெலிஸ். பின்னாட்களில் தொழில்நுட்பம் வேகமாக வளர புதிய ஒளிப்பதிவுக் கருவிகளை வாங்கிப் படங்கள் எடுக்கத் தொடங்குகிறார்.

1896 முதல் 1913-ஆம் வருடத்துக்குள்ளாக 500 படங்களைப் பதிவு செய்திருக்கிறார். இவை ஒவ்வொன்றும் ஒவ்வொரு நீளம் கொண்டவை. ஒரு நிமிடம் முதல் நாற்பது நிமிடங்கள் வரை ஓடக் கூடியவை.

சினிமாவில் என்னென்ன மேஜிக்குகள் செய்ய முடியுமோ அத்தனையையும் செய்வதற்கான முன்னோடியாக மெலிஸ் இருந்திருக்கிறார். 'One man band' படத்தில் ஏழு பாத்திரங்கள் ஏற்று நடித்திருப்பார். ஒருவரே ஏழு பேராக ஒரே சமயத்தில் தோன்றி வாத்தியக் கருவிகள் இசைக்கும் காட்சி அரங்கையே அதிரடித்தது. வானில் விமானங்கள் பறப்பது, விண்வெளிப் பயணம், நிலாவில் ராக்கெட் சென்று இறங்குவது, ராட்சஷ ட்ராகனுடன் சண்டையிடுவது, பேய்கள் தோன்றி மறைவது, கடற்கன்னிகள் தோன்றுவது என நினைத்துக்கூடப் பார்க்க இயலாத அற்புதங்களை எல்லாம் திரையில் நிகழ்த்திக் காட்டிய முதல் திரைமேதை அவர். நிலவில் மனிதனின் ராக்கெட் சென்று இறங்கும் காட்சியை அவர் உருவாக்கியது மனிதன் நிலவுக்குச் செல்வதற்கு நாற்பது ஆண்டுகளுக்கு முன்பு.

மெலிஸின் ஸ்டூடியோவைச் சாத்தானின் வசிப்பிடம் என்றும் மெலிஸை சாத்தான்களுடன் கூட்டு வைத்திருப்பவர் என்றும்கூட நிறைய மக்கள் ஒரு கட்டத்தில் நம்பத் தொடங்கியிருக்கிறார்கள்.

பொறியியலின் எண்ணற்ற சாத்தியங்களை நம்பிய அற்புதமான கலைஞன் மெலிஸ். கலையும் விஞ்ஞானமும் மிகச் சரியான புள்ளியில் இணையும்போது அற்புதங்கள் நிகழும் என்பதைக் கடைசி வரை நம்பினார். தன்னுடைய கிறுக்குத்தனம் நிரம்பிய மேதமையில் அவர் உருவாக்கிய இன்னொரு முக்கியமான விஷயம் ஆட்டோமேட்டன் எனும் இயந்திர மனிதன். சாவி கொடுத்தால் அற்புதமான ஓவியத்தை வரையும் இயந்திரம் ஒன்றை உருவாக்கிவைத்திருந்திருக்கிறார். பின்னாட்களில் அதை ஓர் அருங்காட்சியகத்துக்கு விற்றுவிட்டார்.

மெலிஸின் அற்புதங்கள் முதலாம் உலகப் போரின் போது உறையத் தொடங்கின. போர் மொத்த ஐரோப்பாவையும் கிழித்து எறிந்ததில் மக்கள் சிரிக்க மறந்தவர்களானார்கள்.

மேஜிக் போன்ற மனமகிழ் நிகழ்வுகள் இல்லாமல் போனதில் மெலிஸையும் மக்கள் மறந்துபோனார்கள்.

கடன் சுமை தாங்காமல் மெலிஸ் தன்னுடைய ஸ்டூடியோவை விற்க நேர்ந்தது. தன்னுடைய தளவாடங்கள் அனைத்தையும் தீ வைத்து எரித்தார். அவரிடம் இருந்த நூற்றுக்கணக்கான திரைப்படங்களின் பிலிம்களை அதன் செல்லுலாய்டுக்காக எரித்து அதில் பூட்ஸ் செய்துகொண்டது பிரெஞ்சு ராணுவம்.

பிரான்சின் ரயில்வே நிலையம் ஒன்றில் பொம்மைகள் விற்பவராகத் தன்னைச் சுருக்கிக்கொண்டு எஞ்சிய நாட்களைக் கழித்தார் மெலிஸ். போர் முடிந்த சூழலில் ஒரு திரைப்படப் பத்திரிக்கையின் கட்டுரையால் மீண்டும் நினைவுகூரப்பட்டார் மெலிஸ்.

பின்னாளில் ஃப்ரெஞ்ச் திரைப்படச் சங்கம் அவரைக் கௌரவித்தது. அவருக்கு நடந்த பாராட்டுக் கூட்டம் ஒன்றில் லூமியர் சகோதரர்கள், 'திரைப்படச் சுருளையும் அதன் தொழிநுட்பத்தையும் கண்டுபிடித்தது வேண்டுமானால் நாங்களாய் இருக்கலாம். திரைப்படத்தை ஒரு கலையாக மாற்றிக்காட்டிய முன்னோடி மெலிஸ்தான்' என்று கௌரவித்தார்கள். அந்த நிகழ்வில் மெலிஸ் சொன்னதுதான் இந்தக் குறிப்பின் தலைப்பு... நான் உங்கள் கனவுகளைக் கனாக் கண்டவன்.

கடைசிக் காலத்தில் ழாக் ப்ரெவர் போன்ற கவிஞர்களுடன் இணைந்து திரைக்கதை, நாடக வேலைகளிலும் செயல்பட்டிருக்கிறார் மெலிஸ். ஆனால், சூழ்ந்த வறுமை சூழ்ந்ததுதான். கலி அவரை விட்டுக் கடைசிவரை விலகவேயில்லை.

மெலிஸின் வாழ்க்கையைச் சுட்டிக்காட்டும் ஹியூகோ படத்தை நேற்று பார்க்க நேர்ந்ததின் விளைவுதான் இந்தப் பதிவு. படம் மிக சுவாரஸ்யமாய் இருக்கிறது. ஹியூகோ என்ற சிறுவனின் கதையாகத் தொடங்கி மெலிஸின் வாழ்வை விவரிக்கிறது படம்.

படத்தில் ஜார்ஜ் மெலிஸாக நடித்திருப்பவர் ஆடன்பரோவின் 'காந்தி' திரைப்படத்தில் காந்தியாக நடித்த பென் கின்ஸ்லி.

மார்ட்டின் ஸ்கார்சி எடுத்திருக்கும் முதல் 3டி படம். படத்தைப் பற்றிச் சொல்ல எவ்வளவோ விஷயங்கள் இருக்கின்றன. குறிப்பாய் இதில் வரும் பல முக்கியமான கதாபாத்திரங்களுக்கு இலக்கியவாதிகளின் பெயர்கள். மெலிஸின் பேத்தி வளர்த்து வரும் பூனையின் பெயர்கூட கிரிஸ்டியனா ரோசாட்டி என்கிறாள் சிறுமி.

அழிந்து வரும் முக்கியமான பழைய படங்களை எல்லாம் மெனக்கெட்டு பாதுகாத்து வரும் ஸ்கார்சி, தன்னுடைய முன்னோடி ஒருவருக்கு ட்ரிபியூட்டாக இந்தப் படத்தை எடுத்துள்ளார். நான் ஆச்சர்யப்பட்ட இன்னொரு விஷயம் இந்தப் படத்தை ஸ்கார்சி இயக்கியபோது அவருக்கு வயது 65க்கு மேல் இருக்கும்.

ஜரதுஷ்ட்ராவும் கலைஞனும்

நீட்ஷேவின் ஜரதுஷ்டிரா மலையிலிருந்து இறங்கி மக்களைத் தேடி வந்ததைப் போலவே நான் முகநூலுக்குள் வந்தேன். உண்மையில் ஒவ்வொரு கலைஞனும் அப்படியானதொரு பாவனையோடே மக்கள் திரளுள் நுழைகிறான். இங்குள்ள மதம், தத்துவம், அரசு, அரசியல் அனைத்தும் மனிதக் கீழ்மைகளால் நிறைந்தவை இதற்கு எதிரான மனிதனின் ஆக்கப்பூர்வமான செயல்பாடு என்பது கலையே என்ற நீட்ஷேவின் சொற்கள் எப்போதும் என் காதில் ஒலித்துக்கொண்டிருப்பவை.

இங்கு அதிகாரத்திற்கு எதிரான செயல்பாடு என்பது இன்னொரு அதிகாரத்தை உருவாக்கிக் கொள்வதாய் இருக்கிறது. நான் சொல்வது நீட்ஷே குறிப்படும் வென்றெடுக்கப்பட வேண்டிய அதிமனிதனின் அதிகாரத்தை அல்ல. உள்ளுயிர் நாறிப்போன அதிகாரத்தை அல்லது நாறிப்போன உள்ளுயிரிலிருந்து பீறிடும் அதிகாரத்திற்கான விழைவை. உள்ளுயிர் நாறிப்போன அதிகாரத்திற்கு எதிரான செயல்பாடு என்பது விலகி இருப்பது அது முதலில் நான் என்னிடமிருந்து விலகி இருப்பதிலிருந்து துவங்குகிறது. நீங்கள் உங்களிடமிருந்து விலகியிராமல் எந்த அதிகாரத்திலிருந்தும் விலக முடியாது.

கலைஞன் கலையிடமிருந்து விலகியிராத போது அவன் கலையின் மீதான அதிகாரத்தைக் கோருகிறான். அது அவனை அவன் வாய்களுக்கான செவிகளை உருவாக்க வேண்டிய நிர்பந்தத்தில் கொண்டு விடுகிறது. வெளியேறுதலின் சாத்தான் உங்கள் வீட்டுக் கதவையும் கூரையையும் உடைத்துப் போடாத வரை நீங்கள் கலை என்று கண்டு கொண்டிருப்பதெல்லாம் ரசம் போன ஆன்மாவின் கண்ணாடியில் உங்கள் கோணலான

பிம்பங்களையே. வெளியேறுவது என்பது தப்பித்துக் கொள்வதல்ல. தப்புவதிலிருந்தும் பிடிபடுவதிலிருந்தும் விடுபடுவது. அது எதனுள்ளும் சமநிலையைக் காண்பதுவோ ஏற்படுத்துவதோ அல்ல. சமனின்மையின் நெருக்கடிகளுக்குள் ஒரு சூறைக் காற்றைப் போல அலைவதற்கான மனவலிமையைக் கொண்டுவருவது.

குட்டிச்சாத்தான்

லொட்... தட தட தட...

ஓட்டு வீட்டின் மேல் கல் விழுந்து உருளும் சத்தம்.

கேட்டுச்சா? கேட்டுச்சா? பக்கத்தில் இருந்த மது காதைக் கடித்தான்.

நான் தெருமுக்கில் இருந்த அந்த ஓட்டு வீட்டின் மேற்புறத்தையே பார்த்துக்கொண்டிருந்தேன். நான் மட்டும் இல்லை, மொத்த ஊருமே அந்த ஓட்டு வீட்டைத்தான் பார்த்துக்கொண்டிருந்தது. இதில் நிறையப் பேர் வீட்டைச் சுற்றிலும் இருந்த மாடி வீடுகளின் மொட்டை மாடியிலும் பக்கத்தில் இருந்த மாமரத்திலும் நின்றிருந்தார்கள். ராயப்பன் அந்த வீட்டின் சிமெண்ட் சாரத்தின் மீதுதான் நின்றுகொண்டிருந்தான். ஆனாலும், பத்து நிமிடம் அல்லது கால் மணி' நேரத்துக்கு ஒருமுறை எங்கிருந்தோ வந்து கல் விழுந்துகொண்டே இருந்தது. எல்லாமே சிறிய கற்கள். காங்க்ரீட் சரளை அளவு சிறியவை. எங்கிருந்து எறிகிறார்கள். யார் எறிகிறார்கள் என்று தெரியவில்லை.

'அது குட்டிச்சாத்தான் வேலை' குள்ள லட்சுமணன் சொன்னான்.

'குட்டிச்சாத்தானா அது எப்படி இருக்கும்?'

'ம்ம்ம். உங்கப்பன் கிழங்கு மாதிரி இருக்கும் போங்கடா...' இது மன்னார்சாமி ஆசாரி மகன் தேவராஜ். அவன் கறுப்புச்சட்டைக்காரர்களுடன் சுற்றுபவன். குள்ள லட்சுமணன் சொல்லும் ரத்தக் காட்டேரி, தலையில்லா முண்டம் கதைகளை எல்லாம் தைரியமாக மறுக்கும் ஒரே ஆள் அவன்தான்.

எனக்கு தேவராஜ் சொல்லும்போது அவன் சொல்வது உண்மை போல இருக்கும். லட்சுமணனிடம் கேட்டால் அவன் சொல்வதும் உண்மை போல இருக்கும்.

டேய்! குட்டிச்சாத்தான் பார்க்க தேவாங்கு மாதிரியே இருக்குமாம்டா. அன்னைக்கு ஒரு ஜோசியக்காரன் வந்தானே அவன் தோளில் உட்கார்ந்திருந்துச்சு. அது யாரு கண்ணுக்கும் தெரியாதாம்.

'உனக்கு மட்டும் எப்படி தெரிஞ்சுது?' நக்கலாய் கேட்டான் தேவராஜ்.

எனக்கு உமா அக்கா சொல்லுச்சுடா... அவுங்க கண்ணுக்கு அதெல்லாம் தெரியுமாம்.

அது எல்லாம் டூப்புடா... அந்த அக்கா சின்னத்தம்பியை லவ் பண்ணுது. அந்த ஆள்தான் இதை எல்லாம் கிளப்பிவிடறான்.

சரி அவன் எதுக்குடா இதக் கிளப்பிவிடறான்.

ம்ம்ம் அவன் என்ன நல்ல தொழிலா செய்யறான். பிக்பாக்கெட்டு, கஞ்சா பாக்கெட் கை மாத்தறதுல இருந்து பொம்பளை சப்ளை வரை எல்லா வேலையும் செய்யுறான். நைட் தைரியமா போயிட்டு வர வேண்டாமா அதான்.

லொட்..... தட தட தட...

மீண்டும் எல்லோரும் அமைதியானோம். டேய்.... யார்ராது? வீட்டுக்காரர் முத்துக்கனி சத்தமாகக் கத்தினார். ஆளாளுக்கு பயத்திலும் கோபத்திலும் 'டேய் டேய் ஓய் ஓய்' எனக் கத்தினார்கள். சிலர் சம்பந்தமே இல்லாமல் கைதட்டினார்கள். சிலர் விசில் அடித்தார்கள்.

ஐயோ! புத்துக்கண் மாரியாத்தா நீதான் எண்ர வீட்டைக் காப்பாத்தோணும்... அவர் மனைவி கை எடுத்துக் கும்பிட்டார்.

'ரெண்டு வருஷமா இந்த வீட்டுல இருந்தானுல்ல ஒரு மலையாளத்தான் அவன் ஆறு மாசமா வாடகை குடுக்கிலியாம். வாடகை கேட்டதுக்கு குட்டிச்சாத்தானை ஏவிவிட்டுடுப் போயிட்டான்' இது பால்காரர் தம்பண்ணன்.

‘அட இது பரவாயில்லை! நேத்து நைட் ஒன்பது மணி இருக்கும். நான் மில்லுல ஓவர் டைம் பாத்துட்டு வீட்டுக்கு வந்து சாப்பிட்டு இருக்கேன். கடுமையான மல நாத்தம். என்னடா இது இப்படிக் குடலைப் புடுங்குதுன்னு வந்து பார்த்தா எதுத்தூட்டுல இரும்பு கதவு பூரா மஞ்சே... மஞ்சளேன்னு கெரகம்... அந்த காம்போண்டுல மொத்தம் ஆறு ஊடு. எல்லா வீட்டுக் கதவிலும் பூசியிருக்கு’ இது எதிர் காம்பவுண்ட் கதிரேசன்.

யார்னே அதைப் பண்ணது?

அட அந்த மலையாளத்தாந்தேன். வேறு யாரு? அவன் ஆளு ஒரு ரூப்பு இல்லாதவன். ஒரே பொம்பளை சேக்கை. தினமும் ஒருத்தியக் கூட்டிட்டு வருவான். அதக் கேட்டான் ஊட்டுக்காரன். பொல்லாப்பு வந்துடுச்சு. அப்புறம் நாலு குடி இருக்கறவக்கம் அதுகூட கேக்கக்கூடாதாமா? மூணு மாசமா வாடகையும் குடுக்கலை.... ஞாயித்துக்கிழமை வாடகை கொடுத்துட்டு உள்ள போன்னு ஊட்டைப் பூட்டுப் போட்டத்துக்கு தைய தக்கான்னு வானத்துக்கும் பூமிக்குமா குதிச்சிட்டு போனவன்தான். நேத்து இருந்து இப்படி நடந்திட்டுருக்கு.

குட்டிச்சாத்தானை அவனுக்கு எப்படித் தெரியும்?

கேராளால எல்லா சாமியார்களும் குட்டிச்சாத்தான் வைச்சிருக்கானுகளாம். பொண்ணு வசியம் பண்ண ஒண்ணு, எதிரியை அழிக்க ஒண்ணு, ஆளைக் கடத்த ஒண்ணு, கை, கால் ஒடைக்க ஒண்ணுன்னு தினுசு தினுசா இருக்குதாம். நம்ம காய்கடை பணிக்கர் இருக்கானில்ல அவங்கிட்டகூட ரெண்டு குட்டிச்சாத்தான் இருக்குதாம்.

நமக்கு ஒண்ணு கிடைச்சா நல்லாயிருக்கும்ல?

டேய் அது என்ன நாய்க்குட்டியா? குட்டிச்சாத்தானை வைச்சிருக்கிறது ரொம்ப கஷ்டம். அதுக்கு வேலை குடுத்துட்டே இருக்கணும். இல்லாட்டி நம்மளை அடிச்சிடும். என்ன வேலை கொடுத்தாலும் பட்டுன்னு செஞ்சுடும். நம்ம பணிக்கர் இருக்கான்ல ஒரு மூட்டை அரிசியைக் கொடுத்து எத்தனை அரிசின்னு எண்ணிச் சொல்லும்பானாம். அது அஞ்சே செகண்ட்ல முடிச்சிட்டு வந்துடுமாம். சரி நீ போய் கோழி

முட்டைல மசுரு புடுங்குன்னு சொல்லிடுவானாம். அது மசுரு இருக்கிற கோழி முட்டையா தேடிக்கிட்டே இருக்குமாம்.

ஓ...

அப்புறம் நாம சொல்றத அது கேட்கணும்னா... சமயத்துல அது சொல்றதையும் நாம கேட்கணுமாம். திடீர்னு ஒரு வாரத்துக்கு நீ மலம் கழிக்கக் கூடாதுன்னு சொல்லிடுமாம். திடீர்னு தீட்டு சேலை கட்டிட்டுட்டுத்தான் படுக்கணும்னு சொல்லுமாம்.

அச்சோ நிஜமாவா?

அட... ஆமாடா....

லொட்... தட... தட..... தட

மீண்டும் எல்லோரும் வீட்டுக் கூரையையே பார்த்தார்கள். திடீர் என்று வீட்டின் வடக்கு மூலையில் பரபரப்பு. குரங்கு மருதாசலத்தைப் போட்டு அடித்துக்கொண்டிருந்தார்கள். இதோ இவந்தான் கல்லை வீசிட்டு இருந்திருக்கான். நான் பார்த்தேன். கிருஷ்ணமூர்த்தி அண்ணன் போலீஸ்காரரர். பளார் பளார் என்று கன்னம் கன்னமாய் விளாசினார்.

சார்! நான் இந்த ஒரு தடவைதான் சார் வீசினேன். சும்மா விளையாட்டுக்கு வீசிட்டேன் சார் என்னை நம்புங்க சார் என கடைவாயில் ரத்தம் ஒழுக கிழிந்த சட்டையோடு கெஞ்சிக்கொண்டிருந்தான்.

'விளையாட்டுக்கு கொஞ்சூண்டு மூத்திரம் தர்றேன் குடிக்கிறியா... பூடைத் தாயோளி' வீட்டுக்காரர் கொதித்தார்.

லொட்... தட... தட... தட...

எல்லோரும் சந்தில் இருந்து வீதிக்கு ஓடினார்கள். தெரிஞ்சுதா... தெரிஞ்சுதா... ம்ஹூம்... யாருக்கும் எதுவும் தெரியவில்லை. மெல்ல சூரியன் மேற்கில் சாய்ந்தது. கூட்டம் கலையத் தொடங்கியது. இரவு ஒன்பது மணி வரை இங்கொருவரும் அங்கொருவருமாய் நின்றுகொண்டு கல் உருளுவதை வேடிக்கைப் பார்த்துக்கொண்டிருந்தார்கள். பின்னிரவு வரை கல் உருண்டுகொண்டேயிருந்தது.

லொட்... தட தட தட..கடைசி வரை யாருக்கும் எதுவும் தெரியவில்லை.

கொஞ்ச நாளில் அந்த வீட்டுக்காரர் வீட்டை விற்றுவிட்டு சொந்த ஊரான பொள்ளாச்சிக்கே போய்விட்டார். மன்னார்சாமியின் உறவினர் ஒருவர் அதை வாங்கி இரண்டு மாடிகள் கட்டினார். கீழே ஒரு பம்புசெட் கம்பெனி... மேலே அவர் வீடு.

கவிதை என்பது...

கவிதை என்றால் என்னவென்று விமர்சகர்கள் தவிர அனைவருக்கும் தெரியும் போலத்தான் தோன்றுகிறது.

கவிதை என்பது மொழியல்ல அதன் மூலப் பொருள்தான் மொழி. இந்தப் புரிதலில் கவிஞன் ஒரு திசையில் செல்கிறான். விமர்சகன் எதிர்த் திசையில் செல்கிறான்.

தத்துவத்துக்கும் கவிதைக்கும் இடையே எதேச்சையான ஓர் ஒற்றுமை உள்ளது. இரண்டுமே மொழியைத் தீவிரமாக எடுத்துக்கொள்வதில்லை. தத்தம் மொழி மீது சந்தேகம் கொள்கிறது. கவிதை பண்புகளின் விளக்க அறிவிப்புகளில் ஒன்றாக மொழியைப் பார்க்கிறது. தத்துவவாதிபோல கவிஞனுக்கும் மொழி மாறுதல் நிறைந்த பிரவாகித்தலின் நிலைத்த தன்மையில் இயங்குகிறது. தத்துவவாதி இந்த மாற்றங்களின் பிரவாகிப்பைத் தடுத்து நிறுத்த முயல்கிறார். கவிஞன் அதை மேம்படுத்த முயல்கிறான்.

விமர்சகர்கள் கவிதையை ஒரு விளையாட்டாகக் குறிக்கும்போது அவர்கள் ஒரு பொருளுக்குத் தவறான பெயரிடுகிறார்கள். கவிதை கவிஞனுக்கு விளையாட்டல்ல. மொழிதான் அவனுக்கு விளையாட்டு. மொழியின் விளையாட்டைப் பின் தொடரும் யத்தனத்தில் அவன் பண்புகளின் விளையாட்டைப் பின்தொடர்கிறான்.

உரைநடை எழுத்தாளன் சராசரி உணர்வுகளுடன் கூடிய மனிதன். வாழ்வின் அனுபவங்களுக்கு எல்லையிடுபவன். மெய்மையின் மிகவும் பொதுவான பிரபஞ்ச அனுபவம் அன்பு. உரைநடை எழுத்தாளன் ஒரு முறை அல்லது இருமுறை காதல்வயப்படுகிறான். அதிகபட்சம் உளவியலாளர்கள் சொல்வதைப் போல மூன்று முறை. அவன் தொடர்ந்து காதல்வயப்படுவானாகில் ஒரு கவிஞனாகும் அபாயம் உண்டு.

புலியா... பெண்ணா?

இளவரசியும் அந்தப்புரக் காவல்காரனும் ஒருவரை ஒருவர் காதலித்தார்கள். விஷயம் மன்னன் காதுகளுக்குப் போனது... அவன் அந்த இளைஞனை அழைத்து விசாரித்தான். அதற்கு அவன், தவறு என் மீது மட்டும் இல்லையே என்றான்.

அரசன் யோசித்தான்... சரி உனக்கு ஒரு வாய்ப்புத் தருகிறேன். நாளை ஊர் முன்னிலையில் நீ நிற்க வேண்டும். உன் முன் இரண்டு கூண்டுகள் இருக்கும். ஒன்றில் புலி இருக்கும். அது நீ செய்த தவறுக்கான தண்டனை. இன்னொன்றில் அழகான யுவதி இருப்பாள். அது உனக்குக் கிடைக்கப்போகும் அதிர்ஷ்டத்தின் வாய்ப்பு. இரண்டு கூண்டுகளுமே துணியால் போர்த்தப்பட்டிருக்கும். நீ ஏதேனும் ஒரு கூண்டை மறுயோசனையில்லாமல் திறக்க வேண்டும். உனக்கு அதிர்ஷ்டம் இருந்தால் கூண்டில் உள்ள பெண்ணை நீ மணம் முடிப்பாய். இல்லை என்றால் புலியால் கொன்று குதறப்படுவாய் என்றான்.

அந்த நாளும் வந்தது. ஊரே திரண்டிருக்க இரு கூண்டுகள் முன் நிறுத்தப்படுகிறான் இளைஞன். உப்பரிகையில் அரசன், அரசியுடன் இளவரசியும் அமர்ந்திருக்கிறாள்.

அவன் மனதில் ஏதேதோ எண்ணங்கள். இளவரசி இல்லை.... தான் மனதார நேசித்த பெண் தனக்கு இனி எப்போதும் இல்லை... பிறகு புலி என்ன இன்னொருவள் என்ன என்று தடுமாறியபடியே கூண்டுகளை நெருங்குகிறான். மேலிருந்து இளவரசி வலது பக்கம் கை காட்டுகிறாள். அங்கு போ... அந்தக் கூண்டு என....

கதை இங்கு முடிகிறது. இப்போது இளவரசி என்ன முடிவு எடுத்திருப்பாள். தன் அன்பிற்குரிய காதலன் இன்னொருத்தியைத்

தழுவியாவது ஆனந்தமாய் வாழட்டும் என்றா... புலி அவனைக் குதறட்டும் என்றா...

ஃப்ராங்க் ஸ்டாக்டன் (Frank Stockton) என்ற அமெரிக்கர் எழுதிய இக்கதை, த செஞ்சுரி இதழில் முதன் முதலில் பிரசுரமானது. முடிவை வாசகர்களிடம் விட்டுவிட்ட கதை. வாசகப் பங்கேற்பை ஒரு படைப்பின் முக்கிய அங்கமாக முன்வைத்த கதை என்ற வகையில் அதிகம் விவாதிக்கப்பட்ட கதையும் இதுதான்.

எலியட் வெய்ன்பெர்க்கர் தன்னுடைய காகிதப் புலிகளில் இந்தக் கதையையும் குறிப்பிட்டுள்ளார்.

இந்தக் கதை அப்போது முதலே ஐரோப்பிய, லத்தீன் அமெரிக்க இலக்கியவாதிகளிடையே புகழ் பெற்றது. புலியா? பெண்ணா? என்ற கேள்வியும் புகழ் பெற்றது.

ஆண்கள் பெண் என்றும்... பெண்கள் புலி என்றும் சொல்வார்கள் என்கிறார் இந்தக் கதையை எழுதிய ஸ்டாக்டன். ராபர்ட் ப்ரௌனிங் நிச்சயமாய் அது புலியாய்த்தான் இருக்கும் என்கிறார். ப்ரௌனிங் ஆண்கள் மற்றும் பெண்கள் என்ற கவிதைத் தொகுப்பை எழுதியவர் என்பதையும் தன்னைவிட வயதில் பலவருடங்கள் மூத்த ஒரு பெண் கவியைத் திருமணம் செய்தவர் என்பதையும் இங்கு நீங்கள் கவனிக்க வேண்டும். இதில் உள்ளது பெண்ணா புலியா என்ற கேள்வி அல்ல.. பெண் மற்றும் புலி என்ற பதில்தான் என்றார்.

இதையேதான் ஹாப்சன் இப்படிச் சொல்கிறார்,

"என் மனைவி கோபத்திலும் ஆங்காரத்திலும் இருக்கும் போது அவளில் பெண்ணையும் புலியையும் காண்கிறேன்" என்கிறார்.

புலி என்பது ஐரோப்பிய இலக்கியங்களில் பெண் பாலாய் இருந்து சமீபத்தில் ஆண் பாலாய் மாறிய விலங்கு என்பதை நாம் கவனிக்க வேண்டும். அலெக்சாண்டரின் படைத் தளபதியும் இந்தியப் பகுதிகளின் நிர்வாகியுமான செல்யூகஸ் நிகேடார் தனது பேரரசருக்குப் புலிகள் சிலவற்றைப் பரிசளிக்கிறார். அநேகமாய் அப்போதுதான் அவர்களுக்கு

இளங்கோ கிருஷ்ணன் 59

புலிகள் அறிமுகமாகியிருக்க வேண்டும். டைக்ரிஸ் என்பது அவர்களுக்கு எப்போதுமே பெண் வடிவம்தான். அதைப் பெண் பால் என்றே கருதினார்கள். அழகும் வசீகரமும் குரூரமும் மூர்க்கமும் கொண்ட பெண்தான் டைக்ரிஸ். சிங்கம்தான் அவர்களுக்கு ஆண். சிங்கமும் புலியும் கூடுவதைப் பற்றிய பாடல்கள் அவர்களிடம் நிறைய உள்ளன. பெண்ணும் ஆணும் கூடுவதைப் பற்றிய ஆவேசமான முயக்கம் பற்றிய கற்பனைகள் அவை.

எரியும் பெண்

நேற்று ஒரு படம் பார்த்தேன். 'Portrait of a Lady on Fire' ஃப்ரெஞ்சுப் படம். அற்புதமான அனுபவத்தைக் கொடுத்த உணர்வுப்பூர்வமான படம். படத்தைப் பற்றித் தனியாக, விரிவாக எழுத வேண்டும். படம் வாய் திறந்து பேசும் விஷயங்களைவிடவும், பேசாமல் காட்டிச் செல்லும் உள்ளடுக்குகள் அபாரம்.

கலைக் கோட்பாடுகள், கலைஞர்களின் மன உணர்வுகள், அவர்களின் படைப்புகள் என்று ஒரு லேயர். படத்தில் காட்டப்படும் பெண்களின் உலகம், பெண் வாழ்வு, அவர்களின் மன உணர்வுகள் இன்னொரு லேயர்.

படத்தில் மிக முக்கியமான இடத்தில் ஓர் இசைத் துணுக்கு வருகிறது. அதற்காகத்தான் இந்தப் பதிவே...

போர்ட்ரைட் எனப்படும் மானுட முகங்களை வரைவதில் தேர்ந்தவளான நாயகிக்கு அவளின் தோழி, கலையின் உண்மையான சவால் வெறும் போர்ட்ரைட்களை வரைவதல்ல, பிரமாண்டமான மானுட வாழ்வின் அற்புதமான கணங்களை, பிராவகிக்கும் உணர்வுகளை, மனித செயல்களின் போது வெளிப்படும் உடல் மொழிகளின் நுட்பங்களை வரைவதுதான் மாபெரும் கலை என்பதைச் சொல்லாமல் சொல்லும் ஓர் இடம் வருகிறது.

அந்தத் தருணத்தில் இடம்பெறுகிறது இந்த இசை. இசைக் கருவிகள் எதுவும் இல்லாமல் முழுக்க மானுடக் குரல்களால் பாடப்படும் பாடல். இவ்வகை இசையை 'A Cappella' என்பார்கள். பொதுவாக, இவை, சேர்ந்திசையாகவும் தனிக்குரலாகவும் மாறி மாறி வரும். மறுமலர்ச்சிக் காலகட்டத்தின் பல்லிசை (Polyphonic) என்ற இசை

மரபிலிருந்து பரோக் எனும் நுண்ணிழைகள் நிறைந்த இசையைப் பிரித்துக் காட்டுவதற்காக இந்த ஏ கபெல்லா உருவானது என்பார்கள்.

மலையாளத்தில் ஏ கபெல்லாவுக்கு பூர்வ வடிவங்கள் உள்ளன. அநேகமாய் தமிழிலும் இருந்திருக்க வேண்டும் என்று யூகிக்கிறேன். நம் சங்க இலக்கியத்தின் பாடல் வடிவங்களில் அதற்கான சாத்தியங்கள் உள்ளன. வழியில் எங்கோ தொலைத்து விட்டோம் போல. ஆனால், கேரளாவில் நாட்டார் பாடல் முதல் தேவாலயங்களின் வழிபாட்டுப் பாடல்கள் வரை இந்த வடிவத்தில் இன்றும் பாடிக்கொண்டிருக்கிறார்கள்.

தமிழ் சினிமாவில் குறிப்பிடும்படியாய் இரண்டு பாடல்கள் இவ்வடிவில் இருக்கின்றன. ஒன்று 'நம்மவர்' படத்தில் வரும் 'எதிலேயும் வல்லவன்டா' பாடல், இன்னொன்று 'திருடா திருடா' திரைப்படத்தில் சாகுல் ஹமீது பாடிய 'ராசாத்தி என் மனசு என்னதில்லை...' என்ற பாடல். இரண்டிலும் இசைக் கருவிகள் எதுவும் இல்லாமல் மானுடக் குரல்கள் மட்டுமே பயன்படுத்தப்பட்டிருக்கும்.

இந்தப் ஃப்ரெஞ்சுப் படத்தில் ஒரு நாட்டுப்புறப் பாடலின் தன்மையோடு இந்தப் பாடல் தொடங்குகிறது. பாடலைக் கேட்டதுமே மனதில் ஒட்டிக்கொண்டது. பாட்டில் ஆர்வமாகி இந்த வரிகளுக்கு என்ன பொருள் என்று தேடினேன்...

'அவர்களால் ஓடக்கூட இயலாது

அவர்கள் நம்மைச் சிறிதென நினைத்தார்கள்

நாம் மென்மேலும் உயர்வோம்...'

நீட்ஷேவின் வரி ஒன்று கிட்டதட்ட இதற்கு இணையாக உள்ளது.

உயரத்தில் மிக உயரத்தில்

நீ பறக்கும்போது

பறக்கத் தெரியாதவர்களுக்கு

சிறிதாகவே தெரிவாய்

(பி.கு: முதல் கமெண்ட்டில் அந்தப் பாடலின் இணைப்பு உள்ளது... வாய்ப்பிருந்தால் படத்தையும் பார்த்துவிடுங்கள். அற்புதமான படம்)

இணைப்பு: https://www.youtube.com/watch?v=Sr04s6lfxAQ

ஹரால்ட் ப்ளூமும் விமர்சன மரபும்

ஹரால்ட் ப்ளூம் இரு நாட்களுக்கு முன் தன் பூதவுடல் நீத்த பின், நேற்று தமிழில் மீண்டும் பிறந்திருக்கிறார். அபிலாஷும் போகனும் அவர் தலைப் பக்கம் ஒருவரும் கால் பக்கம் ஒருவருமாய் நின்று கொண்டு இது அதுபோல் இல்லையே, அது இது போல் இல்லையே என வாதிட்டுக்கொண்டிருக்கிறார்கள்.

கோட்பாட்டு விமர்சனமா, ரசனை விமர்சனமா என்ற சண்டைக்கு முடிவே கிடையாது. அதன் வாலைப் பிடித்துக்கொண்டு போனால் கருத்து முதல்வாதமா, பொருள் முதல்வாதமா என்ற பழைய உயர்மட்ட தத்துவப் பஞ்சாயத்துக்குப் போய்ச் சேரும்.

உண்மையில் இவ்விருதரப்புமே ஒன்றோடு ஒன்று உரையாடி பரஸ்பரம் நகர்ந்தால்தான் முரணியங்கியல் சாத்தியம். அடிப்படையில் ஒரு பொருள்முதல்வாதியாக இருந்தாலும் நான் கருத்து முதல்வாதத்தை ஓர் எல்லை வரை அனுமதிப்பேன். பரிசீலிப்பேன் (இலக்கிய விமர்சனக் கோட்பாடுகள், தத்துவ உரையாடல்களில் மட்டுமே). அந்தவகையில் ஹெரால்ட் ப்ளூம் எனக்கு முக்கியமானவர்தான்.

மார்க்சியம், பெண்ணியம், அடையாள அரசியல்கள், விடுதலைக் கோட்பாடுகள் போன்ற அரசியல் தலையீடுகள் இலக்கியத் தகுதியைத் தந்துவிடாது என்ற ப்ளூமின் புரிதல் குறித்து எனக்கு மாற்றுக் கருத்தும் உண்டு. ஆதரவுக் கருத்தும் உண்டு. இது ஒரு சார்பியலானது. அதாவது, ஒரு தனிப்பட்ட பிரதி தொடர்புடைய விஷயம். இதை ஒரு பொது விதியாக்கிக்கொள்வது இரு தரப்புக்குமே நன்மையல்ல என்று நம்புகிறேன்.

ஒரு பிரதியை அதை எழுதியவரைக் கொண்டு வரையறை செய்வதும் ஓர் எல்லை வரை சரிதான். அந்த விமர்சனம் என்பது பிரதியை மேலும் நன்றாகப் புரிந்துகொள்ள உதவுவதாகவோ, வாசிப்பை மேம்படுத்துவதாகவோ இருக்க வேண்டும் அவ்வளவே. ஒரு பிரதியை மட்டம் தட்ட வன்மத்தோடு அதை ஒருவர் கையாள்வதுதான் சிக்கல். இப்படியான ஒரு விமர்சனத்தை வாசித்தாலே இது புரிந்துவிடும். பொருள்முதல் வாதம் பேசும் கோட்பாட்டு விமர்சகர்களுக்கு ஆதரவாகப் பேசும் அபிலாஷ், இந்த பொருள் முதல்வாத அணுகுமுறைக்கு எதிராகப் பேசுவது ஒரு முரண். போதாக்குறைக்கு புலனுணர்வுவாதிகளோடு வேறு ப்ளூமைக் கோர்த்துவிடுகிறார்.

எம்பிரிசிசம், ஃப்ராய்டிசம் மட்டும் அல்ல, இன்னும் என்னென்ன கோட்பாடுகள் உண்டோ அதை எல்லாம் ரசனை விமர்சகர்கள் பயன்படுத்தவே செய்வார்கள். சொல்லப்போனால் அவற்றைத் தங்கள் நோக்கங்களுக்கேற்ப வளைக்கவும் செய்வார்கள். ஆனால், ஒருபோதும் எந்த ஒரு கோட்பாட்டையும் அதன் கோட்பாட்டாளர்கள் பயன்படுத்துவது போல முழுதாகப் பயன்படுத்தமாட்டார்கள். அதனால்தான் அது ரசனை விமர்சனம். இதுதான் அவர்கள் பலம், பலவீனம் இரண்டுமே.

ஷேக்ஸ்பியர் பற்றி ப்ளூம் எழுதிய கட்டுரைதான் எனக்கு ஷேக்ஸ்பியரை வாசிக்கப் பெரிய தூண்டுதல். இப்படிப் பல நூறு கட்டுரைகளை எளிய வாசகர்கள் முதல் கற்றுத் தேர்ந்தவர்கள் வரை பல தரப்புக்காகவும் ப்ளூம் எழுதியிருக்கிறார்.

அபிலாஷ் அவரை எலும்புக்கூடு என்று கிண்டல் செய்கிறார். ப்ளூமின் இடம் வரையறுக்கச் சிக்கலானது. அமெரிக்காவில் டி.எஸ்.எலியட் முன்வைத்த புதுச் செவ்வியல்வாதமும் அவரது சிந்தனைப் பள்ளியும் பழைய மத்திய கால ஆங்கில இலக்கியங்களைக் கடும் நெருக்கடிக்கு ஆளாக்கியபோது, அதேவகை விமர்சன அணுகுமுறைகளோடு அவற்றை ஏந்திப் பிடித்தவர் ப்ளூம். ரொமாண்டிக் கவிதை இயக்கத்தின் பாதுகாவலர் என்றே அவரைச் சொல்வார்கள். தாந்தே, சாசர், ஷேக்ஸ்பியர் வழியாகத் தொடரும் மேற்கின் பெருந்திரட்டு

(Western Canon) ஒன்றை உருவாக்க முயன்றவர். கலையை ஓர் அறிதல் முறையாகப் புரிந்துகொண்டவர்.

துரதிர்ஷ்டவசமாக கலை விமர்சன அணுகுமுறைகளில் எலியட், ப்ளூம் ஆகியோர் அனைவரும் கிட்டதட்ட ஒரே மாதிரியான சிந்தனைப் பள்ளியைச் சேர்ந்தவர்கள் என்பதை நாம் கவனிக்க வேண்டும். எலியட், பவுண்ட் போன்றவர்களிடம் அவர் வேறுபடும் இடம் முன்னவர்கள் நவீனத்துவர்கள். இவர் கொஞ்சம் கட்டுப்பெட்டி என்பது மட்டுமே.

ஒருவகையில் எனக்கும் ப்ளூமைக் கொஞ்சம் பிடிக்காதுதான். ஆனால், அபிலாஷ் கூறுவது போல அவர் வெறும் எலும்புக்கூடு அல்ல. அது ஒரு மாற்றுத் தரப்பு. அதை உரையாடித்தான் கட்டுடைக்க வேண்டும். சகதி வாரி வீசி அல்ல.

அமிதாப்பும் க.நா.சுவும்

அமிதாப்புக்கு தாதா சாகேப் விருது கொடுத்திருக்கும் இச்சந்தர்ப்பத்தில் அமிதாப்பை க.நா.சு சந்தித்த சம்பவம் நினைவுக்கு வருகிறது.

அமிதாப்பின் தந்தை ஹரிவன்ஸ் ராய் பச்சன் நவீன ஹிந்திக் கவிதைகளின் முன்னோடிகளில் ஒருவர். நவீன ஹிந்தி ரொமாண்டிசிஸத்தை தொடங்கியவர்களில் குறிப்பிடத்தக்கவர்.

க.நா.சுவுக்கு தந்தை பச்சனுடன் நல்ல நட்பிருந்தது. ஒருமுறை அவரைச் சந்திக்கச் சென்றிருக்கிறார் க.நா.சு.

இருவரும் பேசிக்கொண்டிருக்கும்போதே அமிதாப் பச்சன் உள்ளே நுழைகிறார். அப்போதே அமிதாப் தீவார், ஷோலே போன்ற படங்களில் எல்லாம் நடித்து பாலிவுட் சூப்பர் ஸ்டார் ஆகிவிட்டிருந்தார்.

அமிதாப் உள்ளே நுழையவும் மூத்த பச்சன் 'என் மகன்' என்றிருக்கிறார். க.நா.சு புன்னகைத்துக்கொண்டே 'ஓ! நல்லா நெடு நெடுன்னு வளர்ந்திருக்கார்... தம்பி என்ன செய்யறீங்க?' என்று கேட்டிருக்கிறார்.

சினிமாவில் நடித்துக்கொண்டிருப்பதாக அமிதாப் சொல்லவும். 'நல்லா வருவீங்க தம்பி' என்று சொல்லியிருக்கிறார் க.நா.சு.

இப்படியாக, அசோகமித்திரனை மட்டும் அல்ல அமிதாப்பச்சனையும் அன்றே அடையாளம் காட்டியவர்தான் எங்கள் க.நா.சு... வாழ்த்துகள் அமிதாப் ஜி!

மொழிபெயர்ப்பா? முழி பெயர்ப்பா?

தமிழில் மொழிபெயர்க்கப்பட்டு வரும் அனைத்துமே அற்புதமானது என்று கருதிக்கொள்வது ஒரு மாயை. இங்கு இலக்கியம் சார்ந்து, எது எவ்வகை இலக்கியம் என்ற வகைமை சார்ந்து கறாரான உரையாடல்கள், வரையறைகள் ஏதும் இல்லாததால் வெளியே இருந்து வரும் எதுவும் மகத்தானது என்ற மனநிலை உருவாகியிருக்கிறது. நேரடி இலக்கியத்திலேயே விமர்சன மரபு என்ற ஒன்று பெரிதாய் உருப்பெறவில்லை.

நேரடி இலக்கியத்தில் ஒரு கலைப் பிரதி குறித்த வகைமைப்படுத்தல்கள் போதுமான அளவு இல்லாத போது மொழிபெயர்ப்புகளிலும் எதன் இடம் எது என்று வகுத்துக்கொள்வது இன்னமும் கடினம். அதனால்தான் இங்கு பல சுமாரான எழுத்தாளர்களின் மொழிபெயர்ப்புகள் உன்னதம் போல கொண்டாடப்படுகின்றன. உதாரணமாக எனக்கு முராகமி சுஜாதாவுக்குச் சற்று மேலே என்பதைக் கடந்து பெரிதாகக் கவரவில்லை. தத்துவார்த்த உள்ளீடுகளற்ற ஒருவித பொல்லைத்தன்மை கொண்டவை அவரது எழுத்துகள். அல்லது அவை பேச முயலும் தத்துவார்த்தம் ஒரு பாவனை என்று தோன்றும். கண்ணதாசன் தன் கவிதைகளில் வெளிப்படுத்துவது போல... (அவை இரண்டாயிர வருட இந்திய மரபில் திரும்பத் திரும்ப எண்ணற்றவர்களால் சொல்லப்பட்டவை, எவ்வித சுய கண்டடைதல்களும் இல்லாதவை)

என்னளவில் ஜப்பான் என்றால் யாசுனாரி கவபத்தா, அகுத்தகவா, மிஷிமா ஆகியோர்தான். இதை ஓர் உதாரணத்துக்காகவே சொல்கிறேன். இங்கு மொழிபெயர்ப்பு செய்யப்படும் பல படைப்புகள் எதற்காகச் செய்யப்படுகின்றன

என்றே பலருக்கும் புரிவதில்லை. ஓர் ஆங்கில நூல் நம் கையில் கிடைக்கிறது. இந்து நாளிதழ் வாசிக்கும் பழக்கம் நமக்கு இருக்கிறது. கூடவே கொஞ்சம் நேரமும் உண்டு. போதாதா, இதோ ஒரு மொழிபெயர்ப்பாளர் பராக். இந்த நிலையில்தான் இங்கு இன்று பல விஷயங்கள் செய்யப்படுகின்றன.

சற்று முன் ஒரு மொழிபெயர்ப்பு நூலை வாசிக்க முற்பட்டு கடுப்பில் எழுதியது. மற்றபடி சுஜாதா, கண்ணதாசன் வாசகர்கள் கோபமுற வேண்டாம்.

மானுடத்தின் கை மலர்கள்

அன்பும் வெறுப்பும் மானுடத்தின் கை மலர்கள். அன்பைப் போலவே வெறுப்பையும் புரிந்துகொள்ள முயல்கிறேன். ஒரு தட்டில் அன்பையும் இன்னொரு தட்டில் வெறுப்பையும் வைத்தால் நான் முன்னதை எடுக்கவே எப்போதும் விரும்புவேன். நாம் நம்மை நேசிப்பது போல எல்லோரையும் நேசிக்க முடிந்தால் எவ்வளவு நன்றாக இருக்கும் என்று சில சமயம் நினைப்பேன். ஆனால், அது நடைமுறையில் சாத்தியமே இல்லை. ஒருமுறை ஜெனே 'உன்னை மகிமைப்படுத்த என்னை ஏன் சிறுமை செய்கிறாய். போதுமான அளவு வெறுப்போடு இரு' என்று சொன்னபோது நான் நிஜமாகவே அதிர்ந்தேன். நம்மிடமிருந்து தன் இருப்பைக் கோரும் மற்றமையின் குரல் அது. கீழ்மைகள் எவ்வடிவில் இருந்தாலும் கீழ்மைதான். வெறுப்பால் நம் இருப்பின் அர்த்தம் உருப்பெறுவதாய் நமக்கு தோன்றலாம். ஆனால், வெறுப்பால் ஒருபோதும் நம்மை பலமாக்கிவிட முடியாது. நாம் வெறுப்போடு வாழ்கிறோம் என்பது ஒரு பலவீனம். ஆனால் அதைத் தத்துவப்படுத்திக்கொள்வது ஒரு விபரீதம். ஒருபோதும் வெறுப்போடு இருப்பதை தத்துவப்படுத்திக்கொள்ள மாட்டேன். வெறுப்பைப் புரிந்துகொள்வது என்பது வேறு. அது என் இயல்பின் மாறுபாடுகள் மீது நான் கொள்ளும் கீழ்மை. ஒருவகையில் அக்கீழ்மையே என்னை நான் அல்லது என்னுடையது என்று நம்புகிற மேன்மைகளோடு வரையறுத்துக்கொள்ளச் செய்கிறது. மேலும், என் வெறுப்பைக் காண்பதன் வழியே நான் என் அன்பையும் காண்கிறேன். ஆழமான காழ்ப்புகளால் கடும் விஷத்தைக் கக்கிய தருணங்கள் உண்டு. என் மனமே நடுங்குமளவு கடும் விஷம். விழுந்த இடம் பொசுங்கும் ஆலகாலம். இவ்வளவு கசப்பு, இவ்வளவு

விஷம் என்னிடம்தான் இருந்ததா என்று நினைத்துத் துன்புறுவேன். உண்மையில் என்னால் யாரையுமே எப்போதும் வெறுக்க முடியாது. அன்பின் தத்தளிப்பும் பிரிவின் ரணமும் உலர்ந்துபோன ஓர் இயல்பான நாளில் ‘நான் இப்போ என்ன செய்துட்டேன். பேச மாட்டேங்கிற... பேசு..’ என்று போய் நிற்பேன். மன்னிப்புக் கேட்பேன். பெரும்பாலான சமயங்களில் மனிதர்கள் என்னை மன்னித்திருக்கிறார்கள். ஒருவேளை மன்னிக்கத் தயாராய் இல்லை என்றாலும் சகித்துக்கொண்டு ‘சரி போய்த் தொலை’ என்றாவது சொல்லியிருக்கிறார்கள். இதுதான் மனிதர்கள் இயல்பு. மனிதர்களின் மேன்மை. இதை எல்லாம் புரிந்தும்தான் நாம் வெறுப்பைக் கக்கிக்கொண்டே இருக்கிறோம். குறைந்தபட்சம் நான் அதைச் செய்து கொண்டிருக்கிறேன். ஆனால், அப்படிச் செய்யக்கூடாது என்கிற மனநிலை எனக்கு எப்போதும் உண்டு. குறைந்தபட்சம் கருத்தியல் அளவிலாவது என்னால் இப்படி இருக்க முடிகிறது என்று ஆசுவாசம் அடைகிறேன். மனிதர்கள் மேல் அன்பாய் இருப்பது ஏன் அவசியம் என்று எனக்குச் சொல்லத் தெரியவில்லை. ஆனால், அது அவசியம் என்று மட்டும் தோன்றுகிறது. அதை நான் என் ஆசான்களிடம் இருந்து கற்றேன். அவர்கள் தம் மேதமையால், கனிவால், பெருந்தன்மையால் என்னிடம் காட்டிய அற்புத ஒளிவிளக்கு அது... ஒரு பெரும் கலைஞனாக, ஞானத் தகப்பனாக எனக்கு அதைக் கையளித்தவர்களில் வண்ணதாசனும் ஒருவர்.

கனவுப்புலிகள்

நான் குழந்தையாய் இருந்தபோது, புலிகளை மிகுந்த ஈடுபாட்டோடு வழிபட்டேன்: பரனா ஆற்றிலோ அமேசானின் புதிர்மைகளிலோ வசிக்கும் மஞ்சள் புலிகளை அல்ல. வரிப்புலிகளை, ஆசியாவின் உயர் ரகப் புலிகளை. அவற்றை யானையின் முதுகில் உள்ள அம்பாரிகளின் மேல் அமர்ந்திருக்கும் ஆயுததாரிகளால் மட்டுமே வேட்டையாட இயலும். நான் வனவிலங்கு சரணாலயங்களின் கூண்டுகள் முன் முடிவற்று அமர்ந்து, பெரிய கலைக்களஞ்சியங்கள் மற்றும் இயற்கை வரலாறு பற்றிய புத்தகங்களை புலிகளின் கம்பீரத்துக்காக வியப்பேன். (என்னால் அந்த விவரணைகளை இப்போதும் தெளிவாக நினைவுகூர முடிகிறது. ஒரு பெண்ணின் முகம் அல்லது சிரிப்பை நினைவுகூர்வதில்கூட சிரமம் உடையவன்) என் பால்யம் கழிந்தது. புலிகளின் மீதான என் ஆர்வமும் வற்றியது. ஆனால் அவை கனவில் தோன்றிக் கொண்டேயிருக்கின்றன. சுயநினைவற்ற மற்றும் குழப்பமான மனநிலைகளில் அவற்றின் இருப்பு பின் வருமாறு இருக்கும்: நான் உறங்கிக்கொண்டிருப்பேன் ஒரு கனவோ அல்லது வேறு எதுவோ தொந்தரவு செய்த கணம் உணர்வேன் நான் கனவு கண்டுகொண்டிருக்கிறேன். அந்நேரங்களில் எனக்கு நானே நினைத்துக்கொள்வேன்: இது ஒரு கனவு, என் விழைவுகளின் நிகழ்வு; என் சக்திகள் எல்லைக்குட்பட்டவை, நான் ஒரு புலியைக் கனவு காணப்போகிறேன்.

முழுமையான கையாலாகத்தனம்! என் கனவால் நான் ஆசைப்பட்ட உயிரினத்தை உருப்பெறச் செய்ய இயலவில்லை. ஒரு புலி தோன்றும், நிச்சயமாக. ஆனால் ஒரு பலவீனமான புலி, பொம்மைப் புலி, தோற்ற ஒழுங்கற்று அல்லது தவறான

வடிவிலோ அல்லது சொற்ப நேரமே தோன்றுவதாகவோ அல்லது காட்சிக்கு ஒரு நாய் அல்லது ஒரு பறவை போல இருப்பதாகத் தோன்றும்.

- ஹோர்ஹே லூயிஸ் போர்ஹெஸ்

போர்ஹெஸின் இக்கவிதை உரைநடைக்கும் கவிதைக்குமான இடைவெளிகளை அழிக்க முயலும் ஒரு கலை எத்தனம். கலை வடிவங்கள் பற்றி போர்ஹெஸுக்குத் தீர்மானமான மனநிலைகள் இருந்ததில்லை. அதனால்தான் கட்டுரை வடிவிலான சிறுகதைகள், நூல் மதிப்புரை வடிவிலான சிறுகதைகள், சுயவரலாறு போன்ற சிறு கதைகள், சிறுகதைகளில் சுயவரலாறு, உரைநடைக் கவிதைகள், கவித்துவமான நடை கொண்ட உரைநடைகள் எனப் பலவாறு எழுதிக் குவித்தார்.

புலிகள் மீதான போர்ஹெஸின் பிரேமை அசாதாரணமானது. அவற்றைத் தன் ஆன்மாவின் ஸ்தூல வடிவம் என்றே நம்பினார். தனது அகங்காரத்தின், தான் என்ற சுயத்தின் கர்ஜனை, புலியின் குரலை உடையது என்று கருதினார். புலிகள் பற்றி குறிப்பாய் ஆசியப் (இந்திய) புலிகள் பற்றி நிறைய எழுதியிருக்கிறார். ஆட்டோ பயோகிராபி தன்மை கொண்ட இக்கவிதையில் புலிகள் மீதான தன் பால்ய கால நினைவுகள் பற்றிச் சொல்கிறார்.

இக்கவிதையை உளவியல் ரீதியாகக் கட்டுடைப்பு செய்பவர்களுக்கு இதில் போர்ஹெஸின் பெண் மற்றும் காமம் தொடர்பான மனநிலைகள் பதிவாவதை உணரலாம். ஐரோப்பிய மனத்துக்கு புலி மற்றும் பூனை இரண்டுமே அவர்களின் பெண் பற்றிய கற்பிதங்களோடு தொடர்புடைய குறியீடுகள் என்று சொல்வார்கள். புகழ் பெற்ற 'புலியா பெண்ணா' என்ற ஐரோப்பிய குட்டிக்கதையை இங்கு நினைவுகூர விரும்புகிறேன். (அக்கதை பற்றி முன் பகுதிகளில் எழுதியிருக்கிறேன்)

ஒரு ரோஜாவும் மில்டனும்

ரோஜாக்களின் அத்தனை கடந்த கால தலைமுறைகளிலிருந்தும்,
காலத்தின் ஆழத்தில் உதிர்ந்தவற்றிலிருந்து
ஒன்றை மட்டும் மறதியிலிருந்து மீட்க நினைக்கிறேன்
அத்தனைகளுக்குமிடையே எந்த விதிவிலக்குமற்ற ஒன்றை மட்டும்,
அவை ஒருபோதிருந்தன. விதி என்னை அனுமதிக்கிறது
முதல் முறையாக அதைத் தேர்ந்தெடுப்பதற்கான முன்னுரிமைக்கு,
அந்த அமைதியான, மிகக் கடைசியான மலர்
மில்டன் தன் முகத்துக்கு நேரே பிடித்திருந்தது
ஆனால் அவரால் பார்க்க முடியாதது
ஓ ரோஜாவே குங்குமச் சிவப்பு அல்லது மஞ்சள்
அல்லது வெள்ளையே, அழிந்துபோன தோட்டத்தினதே
உன் கடந்த காலம் மாயமாய் இக் கவிதையில் இருக்கிறது
எப்போதும் மினுமினுப்பாய்
தங்க அல்லது ரத்த வண்ணம், தந்த அல்லது நிழல் வண்ணம்
ஒரு முறை மில்டனின் கைகளில் இருந்த அதே
புலனாகா ரோஜா

- ஹோர்ஹே லூயிஸ் போர்ஹெஸ்

போர்ஹெஸ் மில்டனைப் போலவே நடு வாழ்வில் பார்க்கும் திறனை இழந்தவர். இக்கவிதையில் தன்னை மில்டனோடு ஒப்பிடுகிறார். விதியின் கொடுங்கரங்கள் தன்னை அதற்குத் தேர்ந்தெடுத்தன என்கிறார். மில்டன் பார்த்த அதே புலனாகா ரோஜாவைத் தான் மட்டுமே பார்த்தேன் என்ற வரிகளின் வழியாக ரூபத்திலிருந்து அரூபத்துக்கு நகரும் கவிதை,

அருபத்தில் யாவும் ஒன்றே, தோற்றம் போலவே தோற்றமின்மையும் ஓர் இருப்பே எனும் தத்துவார்த்தப் பண்புகளை அடைகிறது. இந்தியவியலில் வைசேஷிகம் (விசேஷ வாதம்) என்று ஒரு தரிசனம் உண்டு. பொருட்களின் இருப்பு மற்றும் இருப்பின்மை பற்றிய அந்தப் பொருள் முதல்வாத தரிசனமே பூஜ்யம் என்ற எண்ணைக் கணிதத்துக்குக் கொடுத்தது. சந்திரசேகர் ஒருமுறை கருந்துளை பற்றிய கருதுகோளை வைசேஷிக சிந்தனைகளிலிருந்தே தான் பெற்றேன் என்று சொல்லியிருக்கிறார். போர்ஹெஸின் இக்கவிதையும் இருப்பிலிருந்து இருப்பின்மைக்கும் இருப்பின்மை வழியான இருப்புக்கும் ஊடாடுவதைப் பார்க்கலாம்.

தெகார்தே (Descartes)

நானே இப்பூமியின் ஒரே மனிதன். ஆனால் ஒருவேளை இங்கு பூமியோ மனிதனோ இல்லாமலும் இருக்கலாம்.

ஒருவேளை ஒரு கடவுள் என்னை ஏமாற்றக்கூடும்.

ஒருவேளை ஒரு கடவுள் எனக்கு தண்டனை அளித்திருக்கக்கூடும் காலம் எனும் இந்த தீரா மாயைக்கு.

நான் கனவு கண்டேன் நிலவை. நான் கனவு கண்டேன் என் கண்கள் நிலாவைக் காண்பதை.

நான் கனவு கண்டேன் முதல் நாளின் காலையையும் மாலையையும்.

நான் கனவு கண்டேன் கார்தேஜ் நகரத்தை மற்றும் அந்நகருக்காக வீணடிக்கப்பட்ட படையணியை.

நான் கனவு கண்டேன் கவி லூக்கனை

நான் கனவு கண்டேன் கொல்கத்தா மலைகளையும் ரோமானிய சிலுவைகளையும்.

நான் கனவு கண்டேன் வடிவியலை.

நான் கனவு கண்டேன் புள்ளி, சமதளம் மற்றும் அடர்த்தியை.

நான் கனவு கண்டேன் மஞ்சள், நீலம் மற்றும் சிவப்பை.

நான் கனவு கண்டேன் என் நோய்மையுற்ற பால்யத்தை.

நான் கனவுகண்டேன் வரைபடங்களையும் பேரரசுகளையும் மற்றும் அவற்றின் துயரத்தின் விடியலையும்.

நான் கனவு கண்டேன் தாங்கவொண்ணா துயரங்களை.

நான் கனவு கண்டேன் என் வாளை

நான் கனவு கண்டேன் போமியாவின் எலிசபெத்தை.

நான் கனவு கண்டேன் சந்தேகங்களையும் நிச்சயங்களையும்.

நான் கனவு கண்டேன் நேற்றின் மொத்தத்தையும்

ஒருவேளை நேற்று என்பதே இல்லாமல் இருக்கலாம், ஒருவேளை நான் பிறக்காமலே இருக்கலாம்.

ஒருவேளை நான் கனவு காண்பதாய் கனவு கண்டுகொண்டிருக்கலாம்.

நான் உணர்கிறேன் குளிரின் கூர்வலியை, அச்சத்தின் கூர்வலியை.

டான்யூப் நதியின் மேல் இரவு இப்போது

நான் தெகார்த்தேவின் இக்கனவை தொடர்வேன் மற்றும் அவரின் தந்தையர் மீதான கீழ்படிதலையும்.

- ஹோர்ஹே லூயிஸ் போர்ஹெஸ்

போர்ஹெஸின் இக்கவிதை அவரின் புகழ் பெற்ற கவிதைகளில் ஒன்று. தெகார்த்தே 17-ஆம் நூற்றாண்டின் மிகச் சிறந்த ஃப்ரெஞ்ச் தத்துவவாதி. நவீனத்துவம் முன்வைத்த நிரூபணவாத மரபின் தொடக்கம் என்று தெகார்த்தேவைச் சொல்வார்கள். கார்டீசிய ஆய்வு முறை எனும் அதன் முறைமைகளை உருவாக்கிய பொருள்முதல்வாதி.

மதவியல் சிந்தனைகளிலிருந்து தனிமனித வாதம் நோக்கி ஐரோப்பா திரும்பியதில் தெகார்தேவின் பங்கு முக்கியமானது. நவீன மனிதனின் மனித மையச் சிந்தனை தெகார்த்தேவின் பங்களிப்பே. '*Cogito, ergo sum (I think, therefore I am)* சிந்திப்பதால் நான் இருக்கிறேன்' என்ற புகழ் பெற்ற வரி தெகார்த்தே சொன்னதுதான்.

போர்ஹெஸின் இக்கவிதை அந்த மனித மைய வாதத்திலிருந்து பேசுகிறது. மதத்திலிருந்து வெளியேறி தன்னை ஒரு தனித்த பிரபஞ்ச இருப்பாய், இயற்கையின் படைப்பாய்க் கண்டுணர்ந்த மனதின் குரல் இக்கவிதையில் ஒலிக்கிறது.

மானுடம் போற்றுதும்

"மனிதன் மகத்தான சல்லிப்பயல்" என்ற ஜி.நாகராஜனின் வரியை அடிக்கடி பலர் முகநூலில் சொல்வதைப் பார்த்திருக்கிறேன். அதே போல் அதற்கு இணையான ஆனால் முரணான இன்னொரு கூற்று உண்டு. அது மார்க்சிம் கார்க்கி சொன்னது. "மனிதன்... எத்தனை மகத்தான சொல்". ஒருவகையில் கார்க்கிக்கு பதில் சொல்லும் முகமாகவே தன் அனுபவங்களின் வழியே ஜி.நாகராஜன் சொன்னாரோ என்னவோ...

உண்மையில் இவ்விரு வரிகளுமே அருகருகே வைத்து நோக்கப்பட வேண்டியவை. ஒரு வரியை நினைக்கும் போதெல்லாம் இன்னொரு வரியும் நினைவுக்கு வரும் எனக்கு.

பஷீரின் சிறுகதை ஒன்று, அக்கதையில் வயதான தோழர் ஒருவர் வருவார். தன்னிடம் அடைக்கலம் தேடி வரும் ஒருவனுக்கு தன்னுடைய இரவு உணவையும் பாயையும் கொடுத்துவிட்டு அவர் ஒரு போஸ்டரைத் திருப்பிப் போட்டுப் படுத்து உறங்குவார். விடிந்து பார்த்தால் அங்கு அவனும் இருக்க மாட்டான். அங்குள்ள எளிய பொருட்களும் இருக்காது. அவன் அனைத்தையும் சுருட்டிக்கொண்டு போயிருப்பான். அந்தப் போஸ்டரில் காலடிச் சுவடு ஒன்று கருப்பாய் அழுத்தமாய் பதிந்திருக்கும். அது மட்டும் வெகுநாளாய் அத்தோழரின் நினைவிலிருந்தது என்பார் பஷீர். இக்கதை உருவாக்கும் உணர்வுகள் அபாரமானவை. எத்தனை மகத்தான தியாகம். ஒரு சமூக வாழ்வுக்காக திருமணம் கூட செய்துகொள்ளாமல் தனிக் கட்டையாய் வாழும் ஒரு மனிதன். அம்மாபெரும் தியாகத்தைப் பற்றி எந்தப் பொருட்டும் இல்லாமல் அதன் நெஞ்சில் மிதித்துவிட்டு, காறித்துப்பிச் செல்லும் ஒரு மனிதன். இவ்விருவருமே இங்கு இருக்கிறார்கள்.

விஷயம் மேலும் நுட்பமானது. தஸ்தாயெவ்ஸ்கி கடவுளும் சாத்தானும் ஒரே மனிதனின் உடலுக்குள் இருக்கக்கூடும் என்று சொல்கிறார். அதுவும் கடவுள் போய் சாத்தான் வருவார், சாத்தான் போய் கடவுள் வருவார் என்று சொல்லவில்லை. ஒரே சமயத்தில் ஒருவனில் கடவுளும் சாத்தானும் வசிக்க முடியும் என்றே சொல்கிறார்.

ஒரு கோணத்தில் மனிதன் மகத்தான சல்லிப்பயல் என்ற வரியை நாம் கொஞ்சம் குறுக்கிப் புரிந்துகொள்கிறோமோ என்றும் தோன்றும். சல்லிப்பயல் என்ற சொல்லுக்கு முன் மகத்தான என்ற சொல் உள்ளதைக் கவனியுங்கள். மகத் என்ற சொல் இறைமையைக் குறிக்கும் இந்தியவியல் சொல்... அல்லா என்ற ஆச்சர்ய விளிப்புக்கு இணையாய் சொல்லப்பட வேண்டியது. நாம் அதை அன்றாடத் தளத்துக்கு இறக்கி அதன் முழு நிறையைக் குறுக்கிவிட்டோமோ என்று தோன்றும். மகத்தான சல்லிப்பயல் என்ற விளிப்பை இணைத்துப் படிக்கும் போது மேலும் நுட்பமான வாசிப்பைக் கொள்கிறது இவ்வரி. தஸ்தாயெவ்ஸ்கி சொல்வது போல் கடவுளும் சாத்தானும் சேர்ந்த இருப்பு என்ற நுட்பத்தை நோக்கி நகர்கிறது இவ்வரி.

மறைந்த கவிஞர் ஸ்ரீபதி பத்மநாபாவுக்கு நிதி சேர்க்கும் முயற்சியில் பல மகத்தான மனிதர்களைப் பார்த்தேன். கார்க்கியின் சொல் ஒளியுடல் கொண்டு என் நெஞ்சில் நிறைவதை நெகிழ்ச்சியாய் உணர்ந்தேன். ஒரு நண்பர் யாரென்றே தெரியவில்லை. வாட்ஸப்பில் யாரோ அனுப்பிய ஃபார்வேர்டு மெசேஜைப் பார்த்துவிட்டு அழைத்தார். நான் உதவ விரும்புகிறேன் என்றார். முகநூலில் புதிதாய் நண்பரான ஒருவர் நானும் உதவலாமா என்று வந்து நின்றார். ஓவியர் சந்தோஷ் நாராயணன் நான் ஓர் ஓவியம் வரைந்து ஏலம் விடுகிறேன். வரும் தொகை ஸ்ரீபதி குடும்பத்தைச் சேரும் என்று அறிவித்தார். இப்படி தங்களுள் இருக்கும் மகத்தைக் காட்டிய இதயங்கள் பல நூறு இருக்கும். உங்கள் ஒவ்வொருவருக்கும் கை கூப்பி நன்றி சொல்லிக் கொள்கிறேன்.

கடவுள் இருக்கும் இடத்தில் சாத்தானும் இருப்பது இயல்புதானே. நிதி இருக்கிறது என்றதும் ஜபர்தஸ்தாய் போன் செய்து, எவ்ளோ இருக்கு உங்க பேங்க் டீடெய்ஸை

சொல்லுங்க, வெரிஃபை செய்யணும் என்று அதிகாரமாய் மிரட்டியவர்கள் போலவே, நாங்க ட்ரெஸ்ட்டில் இருந்து பேசறோம் அந்தம்மாவோட பேங்க் பின் நம்பர் கொடுங்க என்றவர்களும் வந்தார்கள்.

இப்படி, ஸ்ரீபதி குடும்ப நிதி சேர்க்கும் பணியில் எவ்வளவோ சுவாரஸ்யங்கள். மனிதர்களிடம் எல்லாமும் உண்டு. வள்ளுவன் சொன்னது போல் மிகை நாடி மிக்க கொண்டு நகர்ந்துகொண்டே இருக்க வேண்டும்.

தத்துவஞான போதினி

பாண்டிச்சேரியில் ஃபூக்கோ (Foucault) என்று ஒரு சரக்கு இருந்தது. எனக்கு அதைப் பார்த்ததுமே 'வாவ்' என்றிருந்தது. வாங்கலாமா என்று யோசித்து தயங்கி நின்றிருந்தேன். உடனிருந்த நண்பர், நம்மாளு ஒருத்தன் சரக்காகியிருக்கான் அதைக் குடிக்காம கண்டதையும் குடிக்கிறதான்னு ஆர்வமா வாங்கிட்டு வந்துட்டார். டேஸ்ட் என்னவோ நல்லாதான் இருந்துச்சு. ஆனா காலையில் எழுந்ததும் நண்பர் ரப்பர் பந்து போல துள்ளுவதும் பாம்பு டான்ஸ் ஆடுவதுமாய் இருந்தார். கடுமையான தலைவலி, போதாக்குறைக்கு வயிற்றுக்கும் தொண்டைக்கும் உருவமில்லா ஒரு உருவமும் உருண்டு கொண்டிருந்தது. ஓ! இவந்தானா ஃபூக்கோ வெரட்டுறா வெரட்டுறான்னு ஓமத்திராம் குடிச்சு, சோடா குடிச்சு, லெமன் டீ குடிச்சு என என்னென்னவோ செய்தும் நாலு மணி நேரம் கழிச்சுதான் மலையேறினான் ஃபூக்கோ... "ஏன்டா இப்படின்னு" பாண்டிச்சேரி நண்பனிடம் கேட்டார். "ஏன் மச்சி அவனை எல்லாம் படிச்சாலே பைத்தியம் புடிச்சிடும். குடிக்கலாமா?" என்று சிரித்துவிட்டு, நல்ல வேளை பக்கத்திலேயே காம்யூ இருந்தான் அதை பார்க்கலை நீ என்றார். சும்மாவா சொன்னானுக சில விஷயங்களைத் தெரிந்துகொள்ளாதிருப்பது ஞானம்னு...

இளம் நட்சத்திரம்

கார்த்திகைப் பாண்டியன் மொழிபெயர்த்த ஆர்தர் ரைம்போவின் 'நரகத்தில் ஒரு பருவ காலம்' வாசித்துக்கொண்டிருக்கிறேன். மிக நல்ல மொழி பெயர்ப்பு. வாசிக்க வாசிக்க மனம் ததும்புகிறது.

இளம் வயதில் என் ரத்தத்தைப் பரபரக்கச் செய்த கவிஞர்களில் ரைம்போவும் ஒருவன். பிரம்மராஜனின் கட்டுரை ஒன்றின் வழியாக ரைம்போவை நான் அடைந்தேன். இளம் மேதை என்று எல்லோராலும் வர்ணிக்கப்பட்டிருந்தது என் ஆர்வத்தை அதிகரித்தது.

ஒருமுறை கோவை நூலகத்தில் சுற்றிக்கொண்டிருந்தபோது ரைம்போ பற்றி எழுதப்பட்ட குட்டி நூல் ஒன்று கிடைத்தது. அதில் அவனது சில கவிதைகளும் இருந்தன. உண்மையைச் சொன்னால் அந்தக் கவிதைகள் மிகவும் சிக்கலாய் இருந்தன. புரிந்து கொள்ள இயலாத படிமங்கள், சிதைவான, கோர்வையற்ற மன உணர்வுகள், தொடர்புறுத்த இயலாத சொற் சேர்மானங்கள் இவற்றுக்கு இடையே ஒரு மாயாஜாலமான கவித்துவம் ஒன்றும் அவற்றில் இருந்ததைக் கண்டேன். அதனால் பெரிதும் வசீகரிக்கப்பட்டேன். புரிதலைப் போலவே புரியாமை உருவாக்கும் ஆர்வமும் கவிதை மற்றும் கலையின் சுவாரஸ்யங்களில் ஒன்றுதானே.

ரைம்போ கவிதை எழுதியது அவனது பதினாறு வயதிலிருந்து இருபத்தொரு வயதுக்குள்தான். அதிலும் பத்தொன்பது வயதில் முக்கியமான கவிதைகளை எல்லாம் எழுதித் தீர்த்துவிட்டான். அக்கவிதைகளின் அசாதாரணமான முதிர்ச்சி, காலத்தை விஞ்சி நிற்கும் படைப்பூக்கம் ஆகியவற்றுக்காகவே இன்றும் வியக்கப்படுகிறான் ரைம்போ. இருபத்தொரு வயதுக்குப் பிறகு

தன் கவிதைகள் பற்றி எதுவும் பேசக்கூட இல்லை. முப்பத்தேழு வயதில் புற்றுநோயால் மரணம். (இங்கும் ஓர் இளம் கவிஞன் முப்பத்தொன்பது வயதில் இறந்துபோனான். அவனைக் கடக்க முடியாமல்தான் நாம் தவித்துக்கொண்டிருக்கிறோம். அவன் பெயர் பாரதி)

தேடிப் படிக்கப் படிக்க ரைம்போ அசாதாரணமானவனாய்த் தெரிந்தான். இங்குள்ள பெரும்பாலான கவிஞர்களின் வாழ்க்கை எழுதுவதற்குக் கொஞ்சம் மொக்கையானது. தமிழில் எழுத்தாளர்கள் அளவுக்குக் கவிஞர்கள் பயணம் போவது இல்லை. பெரும்பாலும் கூட்டுப் புழுக்கள்தான். அப்புறம் இங்கு பெரும்பாலானவர்களுக்கு ஒரு சராசரி வாழ்வு இருக்கிறது. அதில் இருந்துகொண்டு வாசிப்பு மற்றும் எளிய அனுபவங்களிலிருந்துதான் தங்கள் கவித்துவத்தைக் கண்டடைகிறார்கள் (இதில் நானுமே சேர்த்திதான்). நவீன தமிழ்க் கவிஞனின் தன் வரலாறு கிட்டதட்ட சுவாரஸ்யம் என்ற ஒன்றே இல்லாதது.

ஆனால் ரைம்போவின் வாழ்க்கை ஒரு காவியம் போன்ற திருப்பங்கள் நிறைந்தது. தன் வாழ் நாளின் பெரும் சாகசக்காரன் அவன். எது புறக்கணிக்கப்பட்டதோ அதையே தேர்ந்தெடுத்தான். எது எல்லோராலும் விரும்பப்படவில்லையோ அதையே செய்தான். அன்றாடத்தின் சலிப்பூட்டும் அனுபவங்களிலிருந்து வெளியேறுவதை மிகுந்த காதலோடு செய்தான். எளிய பாதைகளை நிராகரித்த மேதை. ஆம்! நிஜமாகவே ரைம்போ மேதைதான். ஆனால் தேவதையா சாத்தானா என்று புரிந்துகொள்ள முடியாத மேதை.

சமரசம் செய்துகொள்ள மனத்திடமும் இயளவயதுக்கே உரிய துடிப்பும் 'செய்தால் என்ன?' என்ற கவிழ்ப்பாக்க மனநிலையும் அவனை பெரும் சாகசக்காரனாக்கின. சிதைவுற்ற போதம், போதை மருந்துகள் அவனை மேலும் மேலும் சிக்கலான மனிதனாக மாற்றிக்கொண்டே இருந்தன.

பத்தொன்பதாம் நூற்றாண்டின் சுதந்திரமான தனி மனிதன் என்ற கருத்தாக்கம் பாரிசில் பல இளைஞர்களுக்கு அதிரடியான மீறல் மனோபாவத்தை உருவாக்கியது. இங்கு மதம், அரசு

போன்ற நிறுவனங்களால் என்னென்னவெல்லாம் புனிதமாக்கப் பட்டிருக்கிறதோ அதை எல்லாம் கவிழ்ப்பாக்கம் செய்ய வேண்டும் என்று நினைத்தார்கள்.

ரைம்போ இதனை கவிதையிலும் தன் நிஜ வாழ்விலும் நிகழ்த்திக்காட்டினான். கவிதையில் ரைம்போ உருவாக்கிய புரட்சிகர மாற்றங்கள் எதிர்கால பிரெஞ்ச் கவிதைகளின் போக்கையே வடிவமைத்தன. சர்ரியலிசம் என்ற கலைச் சிந்தனையின் முக்கியமான படைப்பாளிகள் பலரையும் ரைம்போவின் கவிதைகள் பாதித்தன.

பின்னாட்களில் அவை குறித்தெல்லாம் எதுவுமே பேசவில்லை ரைம்போ. சொல்லப்போனால் தன் கவிதைகளை பாரிஸில் உள்ள கவிஞர்களால் புரிந்துகொள்ள இயலவில்லை என்ற குற்றச்சாட்டுகூட அவனிடம் இருந்தது.

ரைம்போவின் மீறல்கள் சமூக வெளிகளில் நிகழ்ந்தபோது அது பலத்த சர்ச்சைகளையும் கண்டனங்களையும் உருவாக்கியது. ‘பாரிசின் தேநீர் விடுதிகளில் அமர்ந்து மேசைகளின் மீது ரைம்போ கவிதை எழுதுவார். எழுதுகோலால் அல்ல. மாறாக தன் மலத்தைக் கொண்டு’ என்கிறார் விமர்சகர் கிரகம் ரோப். யாரும் எதிர்பாரத தருணத்தில் கால் சராய்களைக் கழற்றிவிட்டு பொது இடத்தில் சுய இன்பம் செய்வார் என்று ஒரு குற்றச்சாட்டு... இதற்கு எல்லாம் ஆதாரம் எதுவும் இல்லை. இவை எல்லாம் பொதுவான அபிப்ராயங்கள்.

ஆனால், ரைம்போவுக்கு ஓர் உணர்சிகரமான காதல் இருந்தது. பால் வெர்லின் என்ற அவரைவிட வயதில் மூத்த ஓர் ஆண் கவியும் அவரும் உயிருக்கு உயிராய்க் காதலித்தார்கள். வெர்லின் ஒரு முக்கியமான குறியீட்டியல் கவிஞர். அவர் தன் மனைவியைப் பிரிந்து வந்து ரைம்போவுடன் வாழ்ந்தார். ஒரு முறை இருவருக்கும் வாக்குவாதம் முற்றியதில் வெர்லின் தான் வைத்திருந்த கைத் துப்பாக்கியால் ரைம்போவைக் கையில் சுட்டார். வெர்லின் சிறைக்குப் போக சிகிச்சைக்குப் பின் தன் சொந்த நகரான ரோச்சுக்குத் திரும்பினார் ரைம்போ.

ஐரோப்பா மற்றும் ஆப்பிரிக்காவில் பல்வேறு நகரங்களிலும் அலைந்துகொண்டிருந்த ரைம்போ, சின்னச் சின்ன திருட்டு

முதல் சொந்தத் தொழில் வரை ஏதேதோ செய்துகொண்டிருந்தான். பாரிஸில் உள்ள கஃபேக்களில் கவிஞர்கள், எழுத்தாளர்கள், சிந்தனையாளர்கள் விடிய விடிய அமர்ந்து பேசுவதும், விவாதிப்பதும், சண்டையிடுவதும் வழக்கம். அவர்கள் எல்லோரும் ரைம்போ என்ற சின்னப் பையன் இறந்தேவிட்டான் என்று நினைத்துக்கொண்டிருந்த போது நோயாளியாய் திரும்பி வந்தான். சில நாட்களில் இறந்தும் போகிறான். எல்லாவற்றிலும் மீறலை சிந்தித்த ஒரு சராசரியாய் வாழத் தயாரில்லாத பெருங்கலைஞன் ரைம்போ.

ஹெமிங்வே உண்ட சிக்கன் பீஸ்

ஹெமிங்வே ஒருமுறை நிறை போதையில் தான் வழக்கமாகச் சரக்கடிக்கும் பாரில் உள்ள டாய்லெட்டுக்குச் சென்று அங்கிருந்த யூரினலைப் பெயர்த்து தன் வீட்டுக்குக்கொண்டு செல்ல முயன்றார். பணியாட்கள் ஓடிவந்து, "மாஸ்டர்! ஏன் இப்படிச் செய்கிறீர்கள்?" என்றனர். "நான் இத்தனை வருஷமா சம்பாதிச்சதை எல்லாம் இதுலதான் பெய்ஞ்சிருக்கேன். அதனால, இது எனக்குதான் சொந்தம்" என்றிருக்கிறார். என்ன செய்வதென யோசித்த பார்காரர்கள். "சரி மாஸ்டர், இது உங்களுக்குத்தான் சொந்தம். எப்போ வேணாலும் வந்து பெய்ஞ்சுட்டு போங்க" என்று நைச்சியமாகப் பேசி ஒரு பீரைக் கையில் கொடுத்துவிட்டு அனுப்பிவிட்டிருக்கிறார்கள். இப்படித்தான் இலக்கியவாதிய இந்த உலகம் நுட்பமாக ஏமாற்றுகிறது. கூலிங் பீருக்குப் பத்து ரூபாய் கூடுதலாகக் கேட்கும் சமூகத்தின் மீதான அவனது கோவத்தைச் சிக்கன் பீஸைச் சுவையாகச் செய்துகொடுத்துத் திசைதிருப்பிவிடுகிறது.

கல்லறை வாசகம்

புகழ்பெற்ற கவிஞர்கள், எழுத்தாளர்கள், ஆளுமைகளின் கல்லறை வாசகங்கள் என்னென்ன என்று தேடிக்கொண்டிருந்தேன். நிறைய பேர் மரணத்தைப் போலவே சீரியஸாகவே எதாவது எழுதியிருந்தார்கள். சிலர் எழுதியவை வேடிக்கையாக இருந்தன. சிலது திகிலாக. ஒருவர் "உன் இதயத்தால் என் பெயரை முணுமுணு, நான் உன் பின்னால் நிற்பேன்" என்று பேஸ்தடிக்க வைக்கிறார். வாசித்ததில் சுவாரஸ்யமானவை சில...

எமிலி டிக்கன்சன் அவர் கவிதை போலவே புதிராகச் சொல்கிறார்.

"திரும்ப அழைக்கப்பட்டேன்"

அரசர் இரண்டாம் ஹென்றிக்கு அவர் அரசியின் மேல் என்ன கோவம் என்று தெரியவில்லை. "இங்குதான் உறங்குகிறாள் ரோசாமண்ட். உலகில் உள்ள ரோஜாக்களுக்கு எல்லாம் ரோஜா. அழகானவள், ஆனால் பரிசுத்தமானவள் அல்ல.

பென் ஜான்சன் தன் ஏழு வயது மகனின் கல்லறையில் பொறித்திருக்கும் துயரக் கவிதையை நான் இங்கு குறிப்பிடப்போவதில்லை. நெஞ்சை நடுங்கச் செய்யும் துயரம் அது.

ஜான் டன்னுடையது கொஞ்சம் ஓவர் பில்டப்பாக உள்ளது. அப்புறம் அது இல்லாட்டி என்ன இலக்கியவாதி அவன். இங்கு ஜான் டன்னின் உடல் கிடத்தப்பட்டிருக்கிறது. இதனால் வானகத்தைவிட பூமியின் மதிப்பு உயர்ந்துள்ளது.

பென் ஜான்சன் மிக சுருக்கமாக... O rare Ben Johnson.

இளங்கோ கிருஷ்ணன்

ஜேம்ஸ் ஆண்ட்ரூ எழுதி வைத்திருப்பது ஒரு அனக்ராம். *Reede I was man.* இந்த எழுத்துகளைக் கலைத்துச் சேர்த்தால் புதிதாய் ஒரு வரி கிடைக்கும். அது என்னவென்று மண்டையைப் பிய்த்துக்கொள்கிறார்கள் ஆய்வாளர்கள்.

கீட்ஸ் என்ற அதிர்ஷ்டமற்ற இளைஞனின் கல்லறை வாசகம் மிகவும் டச்சிங்காய் உள்ளது. "இந்தக் கல்லறை ஓர் இளம் ஆங்கிலக் கவிஞனின் அழிவின்மையைக் கொண்டுள்ளது. தன் மரணப் படுக்கையில் கசப்புகளால் நிறைந்தவன்... தண்ணீரில் பெயர் எழுதப்பட்டவன்"

ஷெல்லியின் கல்லறையில் ஷேக்ஸ்பியரின் வரிகள் உள்ளன. "அவனுடைய எதுவும் இற்றுப்போகாது. ஆனால் அனைத்தையும் அடியோடு மாற்றும் வளமைக்கும் விநோதத்துக்கும்."

டி.எஸ்.எலியட்... "என் தொடக்கமே முடிவு. முடிவே தொடக்கம்"

ஹெச்.ஜி.வெல்ஸ்... "அடக்கடவுளே... நான்தான் அனைவரிடமும் சொன்னேனில்ல"

டோரத்தி பார்க்கர். "எக்ஸ்க்யூஸ் மீ மண்ணே..."

மார்டின் லூதர் கிங் ஜூனியர்... "கடைசியில் விடுதலை... கடைசியில் விடுதலை. கடவுளுக்கு நன்றி... ஒரு வழியாய் விடுதலை."

என்சைக்ளோபிடியா

Book of useless information என்றொரு புத்தகம் இணையத்தில் கிடைத்தது. அதில் இருந்த சில சுவாரஸ்யமான தகவல்கள்.

உலகிலேயே அதிகமாக திருடப்பட்ட புத்தகம் பைபிள்தானாம்.

ஒருவரின் கட்டை விரலின் உயரம்தான் அவரவரது மூக்கு இருக்குமாம்.

ஸ்க்ரூவை கண்டுபிடிக்கும் முன்பே ஸ்க்ரூ ட்ரைவரை கண்டுபிடித்துவிட்டார்களாம்.

மீனைப் போல் நினைவு மறதி உள்ள உயிர் எதுவுமே இல்லை. சிறிய மீன் தொட்டியில் ஒரு சுற்று சுற்றி வருவதற்குள் இது அதே இடம்தான் என்பதை மறந்துவிடுமாம். (அதனால்தான் போர் அடிக்காமல் அத்துணூண்டு தொட்டிக்குள் வாழ முடிகிறது)

கிரேக்க துன்பியல் (*Tragedy*) நாடகத்தின் தந்தை எனப்படும் சோபாக்ளியஸ் தலையில் ஆமை விழுந்து இறந்தாராம். அதாவது, கழுகு ஆமையை வேட்டையாடினால் அதை மலைப் பகுதிகளுக்கு மேல் தூக்கிப்போய் பாறையில் போட்டு உடைத்துக் கொன்று தின்னுமாம். நம் கவிஞர் முழு வழுக்கையாய் இருக்கவே, மேலிருந்து பார்த்து 'நல்ல வழுக்குப் பாறை போல' என்று எண்ணி ஒரு கழுகு ஆமையைப் போட்டிருக்கிறது. அதில் கபாலம் பிளந்து இறந்துவிட்டிருக்கிறார் சோபாக்ளியஸ். என்னவொரு துன்பியல் சம்பவம்.

Last but not least...

ஸ்டார் பிஷ் என்ற உயிரினத்துக்கு மூளையே கிடையாதாம். அதிலும் காவி வண்ண ஸ்டார் ஃபிஷ்கள்தான் செம தத்தியாம். காவின்னாலே தத்திதானே பாஸ்!

காச்சர் கோச்சர்

சமீபத்தில் வாசித்த நாவல்களில் காச்சர் கோச்சர் (விவேக் ஷான்பாக்) நல்ல வாசிப்பனுபவத்தைக் கொடுத்த நாவல். அளவில் மிகச் சிறியது. இதை நாவல் என்பதைவிடவும் நாவலெட் (Novelette) என்று சொல்லலாம்.

நாவலெட்டை தமிழில் சிறு நாவல் என்று விளிக்கலாம். குறு நாவல் என்பது நாவெல்லா என்ற வடிவம்தான். ஜார்ஜ் ஃபெதரிங் நாவெல்லாவை சிறு நாவல் என்று சொல்வது போனியை குதிரைக் குட்டி என்று சொல்வதைப் போல் அபத்தமானது என்கிறார். எனவே, குதிரை வேறு, குதிரைக் குட்டி வேறு, போனி வேறு, கோவேறு கழுதைகள் நிச்சயமாய் வேறு...

இங்கு நான் நாவலை குதிரை என்கிறேன். நாவலெட்டை குதிரைக் குட்டி என்கிறேன் நாவெல்லாவை போனி என்கிறேன். கோவேறு கழுதைகள், கழுதைகள் எவை என்பதை நான் சொல்ல மாட்டேன்.

விவேக் ஷான்பாக்கின் தேர்ச்சியான கதை சொல்லல் மொழி இதை ஒரு நல்ல நாவலாக்குகிறது. காச்சர் கோச்சர் என்ற சொல்லுக்கான பொருள், நாவலில் அது வெளிப்படும் இடம், நாவலின் மையப் படிமமாக அந்தச் சொல்லை மெல்ல உருமாற்றம் அடையச் செய்யும் விதம் அனைத்துமே சிறப்பாக உள்ளன.

வீழ்ந்து வரும் மானுட விழுமியங்கள் பற்றியும் மத்திய தரவர்க்க மற்றும் உயர்தட்டு குடும்பங்களுக்கு இடையே வாழ்வை, சமூகத்தை நோக்கும் விதத்தில் இருக்கும் வேறுபாடுகள் பற்றியும் நாவல் பேசுகிறது. பொருளாதாரரீதியாக

கீழிருந்து மேலே செல்லும் ஒரு மத்திய தரக் குடும்பத்தின் அறமார்ந்த வீழ்ச்சியையும் பேசுகிறது.

காச்சர் கோச்சர் ஓர் எளிமையான கதை. சொல்லப்போனால் ஒரு குடும்பக் கதை. ஆனால், அந்த நாவல் முடிந்த பிறகு அது வெறுமனே ஒரு குடும்பக் கதையாக மட்டும் எஞ்சுவது இல்லை. ஒரு ஹேப்பி ஹோம் கதையை எடுத்துக்கொண்டு மெல்ல அதன் நிறத்தை மாற்றிக் காட்டும் ஒரு மேஜிக்கை செய்கிறார் விவேக் ஷான்பாக். எளிய விஷயங்கள் எப்படி நிகழ்கின்றன. அவை எப்படி பெரிய சிக்கலாக வடிவெடுக்கின்றன. அப்போது மனிதர்கள் எப்படி நடந்துகொள்கிறார்கள் எதிர்வினை செய்கிறார்கள் என்று நுட்பமாக எழுதிக் காட்டுவது ஒரு கலை. மிலன் குந்தேரா போன்ற மேதைகளிடம் இத்தகைய கதை சொல்லும் முறையை நாம் காணலாம். விவேக் ஷான்பாக்குக்கும் அந்த வித்தை கைகூடியிருக்கிறது.

ஒரே அமர்வில் அதிகபட்சம் ஒரு மணி நேரத்தில் படித்துவிடக் கூடிய குட்டி நாவல். கே.நல்லதம்பி அவர்கள் மொழி பெயர்த்திருக்கிறார்கள். காலச்சுவடு பதிப்பகம் வெளியிட்டுள்ளது.

அஞ்சலி : பழனிவேள்

பழனிவேள் நான் கண்டெடுத்த அல்லது என்னைக் கண்டெடுத்த முதல் வெளியூர் நண்பன். அப்படித்தான் சொல்ல வேண்டும். 2007ம் ஆண்டின் புத்தகக் கண்காட்சிக்கு என் கவிதைத் தொகுப்பு வெளியீட்டுக்காக தனியனாய் நான் சென்னை வந்திருந்தேன். அப்போது கோவை தாண்டி யாரையும் எனக்குத் தெரியாது. கோவையிலே பலருக்கும் என்னைத் தெரியாது. முதல் தொகுப்பின் பதட்டமும் அசட்டுப் பெருமிதமும் நிறைய இருந்தன. அப்போது பழனிதான் முதன் முதலாக வந்து பேசிய நண்பன்.

எங்க தங்கப் போறே என்றான். நான் தெரியலை எனவும் என்னை தன் ஸ்கூட்டரில் அமர வைத்துத் தன் அறைக்கு அழைத்துச் சென்றான். அப்போது அய்யப்ப மாதவனும் பழனிவேளும் விஸ்வநாதன் கணேஷும் வளசரவாக்கத்தில் இருந்தார்கள். அங்குதான் சென்றேன். விடிய விடிய தீராத பேச்சும் குடியுமாய் கழிந்த கொண்டாட்ட இரவு அது.

பழனிவேளின் 'தவளை வீடு' கவிதைத் தொகுப்புக்கு அது வந்த நாட்களிலேயே ஒரு விமர்சனம் எழுதியிருந்தேன். நெகட்டிவ்வாக பெரிதாக அதில் ஏதும் சொல்லவில்லை. ஆனாலும் அது பழனிவேளை காயப்படுத்தியது போல... தனிப் பேச்சில் பல வருடங்கள் கழித்து அதைச் சொன்னான்.

வேறு ஒரு சமயம் ஆத்மாநாம் குறித்து நான் எழுதிய சிறு கட்டுரை ஒன்று நாங்கள் நடத்திய கருக்கல் இதழில் வந்தபோது கொஞ்சம் கடுமையாகவே அக்கட்டுரை குறித்து வாதிட்டான். எனக்கு சந்தோஷமாகவே இருந்தது. கவிதை குறித்து சமரசமில்லாமல் பேசும் ஆட்கள் அரிய உயிர்களாக இருக்கும் சூழலில், நட்பு வேறு இலக்கியம் வேறு எனப் பிரித்து

யோசிக்க முடிந்த முதிர்ச்சி பழனிவேளுக்கு இருந்தது. நட்பின் நிமித்தம் கலைக்கு சோரம் போகிறவர்கள் மீது எனக்கு என்றுமே மதிப்பிருந்தது இல்லை. அதனால், பழனி எப்போதுமே என் மனதுக்கு நெருக்கமான நண்பனாகவே இருந்தான்.

பிரம்மராஜன் குறித்து என்னுள் உருவான எல்லா நேர்மறைச் சித்திரங்களுக்கும் காரணம் பழனிவேள்தான். அது போலவே தமிழ்நாட்டு வரலாறு குறித்து பழனிக்கு நல்ல வாசிப்பு இருந்தது. நாங்கள் விரும்பிப் பேசும் விஷயங்களில் ஒன்றாய் அதுவும் இருந்தது.

வெம்மையான நகர் வாழ்வின் அலைவுகளுக்குப் பின் மனோ மோகனின் திருமணத்தில்தான் பல வருடங்கள் கழித்து சந்தித்தோம். எப்போது சந்தித்தாலும் நேற்றுதானே பிரிந்தோம் என்பதைப் போல இயல்பாக உரையாடலைத் தொடங்க பழனியால் முடியும். அது போல் பார்த்ததுமே கவிதைகள் குறித்துப் பேசத் தொடங்கினோம்.

ஒரு டபுள் பெட்ரூம் லாட்ஜ் அறையில் இருப்பத்தைந்து பேர் அடர்ந்து அமர்ந்திருந்த அந்த மதியம் சொர்க்கத்தின் பக்கத்தில் இருந்தது. அன்பும் மதுவும் ஆறாய் பெருகி ஓடிய அவ்வறையில் ஒரு நெகிழ்ச்சியான தருணத்தில் அவ்வன்பின் சந்தோஷ பாரம் தாளாமல் பழனிவேள் கட்டிலில் குப்புறப்படுத்து குலுங்கி குலுங்கி அழத் தொடங்கிவிட்டான். சமாதானப்படுத்தவே இயலவில்லை.

அங்கு நாங்கள் பார்த்தது வேறு ஒரு பழனிவேள். இலக்கியக் கூட்டங்களிலும் பேஸ்புக்கிலும் மீசை முறுக்கி போர் வாளை உருவி நிற்கும் கோபக்கார பழனி அல்ல அது. அன்பின் பேருருவின் முன் ஒரு குழந்தை போல் மாறி நிற்கும் எளிமையான கலைஞன் அவன்.

இந்த இரண்டுமாகவே பழனி எப்போதும் இருந்திருக்கிறான். குழந்தை போல் கபடமற்று வெள்ளந்தியாய் பேசுவது, கொலைகூட செய்திடுவானோ எனும் கோபத்துக்கு செல்வது இரண்டுமே பழனியின் இரு வேறு எல்லைகளாக இருந்திருக்கின்றன.

சென்ற வருட புத்தகக் கண்காட்சியில் எலும்பும் தோலுமாய் பார்த்தபோது அதிர்ச்சியாய் இருந்தது. காமாலை அவன் உடலை உருக்கியிருந்தது. என்னால் கண்ணீரைக் கட்டுப்படுத்தவே இயலவில்லை. காபி ஷாப்பில் கையைப் பிடித்த படி, “ஒண்ணும் இல்லடா.. நான் தேறி வந்துட்டேன். இப்போ சரியாகிடுச்சு... விடு!” என்று எனக்கு தேறுதல் சொல்லிக்கொண்டிருந்தான். இப்படி சொல்வதற்கு இன்பமென்று சில கதைகள், துன்பமென்று சில கதைகள் என நிறைய உள்ளன.

பழனி, என் நண்பனே, ஏன் இந்த அவசரம். இன்னமும் நாம் பேச எத்தனை கதைகள் இருக்கின்றன. நீ எழுதத்தான் எத்தனை விஷயங்கள் மிச்சம் உள்ளன. அவ்வளவு அறிவையும் ஞானத்தையும் மண்ணுக்குள் கொண்டு போகிறாயே என் செல்வமே...

பழனிவேளின் சாதி வெறி குறித்து இங்கு சிலர் சொல்லிக்கொண்டிருக்கிறார்கள். நான் பழனிவேளின் வக்கீல் அல்ல... இருந்தாலும் என் புரிதலைச் சொல்லிவிடுகிறேன்.

பழனிவேளுக்கு இந்திய சாதிய சமூகம் குறித்து ஒரு பார்வை இருந்தது. ஆதிப் பழங்குடிச் சமூகத்தின் இனக்குழு மரபே நிலப்பிரபுத்துவத்தால் சாதிகளாக மேல் நிலையாக்கம் கொண்டன. சாதிகளுக்கு இடையே கொடுக்கல் வாங்கல் போலவே அதற்கு இடையிலான பகையும் வரலாற்றுத் தொடர்ச்சி உடையவை. அதில் இரு தரப்பு சார்ந்த நியாயங்களும் இருக்கின்றன. இந்தியாவில் பெரும்பாலான சாதிகள் இப்போது இருக்கும் சமூக மேல்-கீழ் அடுக்கிலேயே எப்போதும் இருந்திருக்கவில்லை. ஒரு காலத்தில் ஒரு குறிப்பிட்ட சமூகம் அதிகாரத்தை நோக்கி வரும்போது அதன் நேச சக்திகள் எல்லாம் வலுவடைகின்றன. வேறொரு தருணத்தில் வேறொரு சமூகம் மேல ஏறி வரும்போது மேலே இருந்த சமூகமும் அதன் நேச சக்திகளும் கீழடுக்குக்குச் செல்கின்றன. இந்த முறையற்ற சுழற்சி இங்கு எப்போதுமே இருந்தது. வெள்ளையர் வருகைக்குப் பிறகே இது ஓர் உறைநிலையை அடைகிறது என்பது அவரது புரிதலாய் இருந்தது என நினைக்கிறேன்.

திராவிட இயக்கங்கள், தலித் இயக்கங்கள் குறித்து எல்லாம் பழனிவேளுக்கு இருந்தது வெறும் சாதிய வன்மம் அல்ல. அது ஒருவகை அரசியல் நிலைப்பாடு. அவரின் சாதி மைய உரையாடலின் சொற்கள் அவை (எனக்கு அதில் உடன்பாடில்லை)

தலித் என்று சொல்லாதீர்கள், சாதிப் பெயரோடு சொல்லுங்கள். அதுதான் இனக்குழு மரபின் தொடர்ச்சியாகவும் அதன் விடுதலைக்கான பாதையாகவும் இருக்க முடியும் என்று ஒருமுறை புத்தகக் கண்காட்சியில் கரன்கார்க்கியிடம் சொன்னதைப் பார்த்திருக்கிறேன். அப்போது கடங்கநேரியானும் இருந்தார் என நினைக்கிறேன்.

பல தலித் எழுத்தாளர்களோடு பழனிவேளுக்கு கடுமையான முரண்பாடு இருந்தது. இவர்களுக்கு வரலாறு குறித்துப் போதிய ஆர்வம் இல்லை என்று அவர் நம்பியதே அதன் காரணம் என நினைக்கிறேன்.

முறையான உரையாடலாய் முன் வைக்காமல் நான்காம் தர பேஸ்புக் வசையாக செய்துகொண்டிருந்ததுதான் மோசமான விஷயம். அது எவ்வகையிலும் ஏற்புடையது அல்ல. அதை நான் பழனிவேளிடமுமே சொல்லியிருக்கிறேன். எல்லாவற்றின் மீதும் பழனிவேளுக்கு இருந்த காரணமற்ற எரிச்சல் இந்த விஷயங்களிலும் இயங்கியது.

மற்றபடி, பழனிக்கு சாதி கடந்த நண்பர்களும் எப்போதும் இருந்திருக்கிறார்கள். குறிப்பாக, நிறைய தலித் நண்பர்கள் இருக்கிறார்கள். அவர்கள் யாரும் இலக்கியவாதிகள் அல்ல. அடிமட்டத் தொழிலாளிகள். சென்னை துறைமுகத்திலும் அதன் சுற்று வட்டாரங்களிலும் பணியாற்றும் எளிய மனிதர்கள். விடுதலைச் சிறுத்தைக் கட்சியின் உறுப்பினர்கள். அவர்களோடு எல்லாம் பழனிக்கு இயல்பான நட்பிருந்தது.

ஒருமுறை குமர குருபரன் என்ற கவிஞர் யாரோ இரு இலக்கியவாதிகள் குடிமேசையில் சண்டையிட்டுக் கொண்டதற்காக அர்த்தமே இல்லாமல் என்னை வசை பாடிக்கொண்டிருந்தபோது, “விடுதலைச் சிறுத்தையின் நண்பர்கள் நால்வரைக் கூட்டிக்கொண்டு வருகிறேன். வா

போய் அவன் மண்டையைப் பிளப்போம்" என்று கத்திக்கொண்டிருந்தான். அன்று நானும் கொஞ்சம் உணர்ச்சிவசப்பட்டிருந்தால் அது தமிழ் இலக்கியத்தின் பெரிய க்ரைம் ஹிஸ்ட்ரியாக மாறியிருக்கும்.

காலை நடை 1

காலை நடை போய் இரண்டு மாதங்களாச்சு என்ற குற்றவுணர்வு தாங்காமல் இன்று சென்றேன். வீட்டிலிருந்து நடேசன் நகர் பூங்கா வரை போய் அங்கு நடந்துவிட்டுத் திரும்புவேன். இரண்டு மாதங்களாயிற்று அவ்வழியே போய். இந்த அறுபது நாட்களில் எதுவுமே மாறவில்லை: அங்கு வழக்கமாக வருகிறவர்கள், அவர்களது தொப்பைகள் முதல் அந்தக் கொடுமையான கத்தாழை ஜூஸ் வரை.

பூங்காவில் நுழைந்ததுமே ஒருவர்... "கண்டேன் கடவுளை..." பாவத்தில் இரு கரம் உயர்த்தி வான் நோக்கிக் கும்பிட்டபடி ஓடிக்கொண்டிருந்தார். அவர் ஓடிய திசையின் மூலையில் ஒரு பைரவர் அசுவாரஸ்யமாய் பெய்துகொண்டிருந்தார்.

நடக்க நடக்க கை தட்டிக்கொண்டே நடப்பவர், நான் இளைச்சு பால்யத்துக்கே திரும்பப்போறேன் என்பதைப் போல் பின்னாடி வேகமாக நகர்பவர்கள், வண்டி டயர் கழண்டு தனியே உருண்டு ஓடுவது போல் ஒரு கோணலாக ஓடுபவர்கள் என விதவிதமான ஓட்டங்கள், நடைகள். ஒருவர் ஷூவைக் கையில் வைத்தபடி வெறுங்காலில் ஓடிக்கொண்டிருந்தார். நரன் கண்ணாடியை நெற்றிக்குப் போடுவது போல் ஏதாவது குறியீடோ என்னவோ, யார் கண்டார்.

"என்ன வாக்கிங் போனாலும் வேர்க்க மாட்டீங்குது பார்த்துகிடுங்க" ஒருவர் இன்னொருவரிடம் அங்கலாய்த்தபடி சென்று கொண்டிருந்தார். அவர் ஸ்வெட்டர் போட்டுட்டு மதியம் போல ஓடிப்பார்க்கலாம் நல்ல ரிசல்ட் கிடைக்கும் என்று தோன்றியது.

இரண்டு மாதங்களுக்கு முன்பு ஒரு ஜெமோ வாசகரைச் சந்தித்தேன். நல்ல வேளை இன்று அவர் இல்லை. இளம்

வாசகர்தான். ஒரு அறுபத்தைந்து வயது இருக்கும். ரிட்டர்யர்மெண்டுக்குப் பிறகு என்ன செய்வதெனத் தெரியாமல் இலக்கியம் படிக்க ஆரம்பித்திருக்கிறார். ஆரம்பத்தில் சுஜாதா, பாலமுருகன் ச்சீ பாலகுமாரன் என சந்தோஷமாகத்தான் இருந்திருக்கிறார். யாரோ ஸ்டியரிங்கை ஜெமோ நோக்கித் திருப்பிவிட்டிருக்கிறார்கள். "குந்தவையா... குத்தவையா ஏதோ ஒரு நாவல் எழுதியிருக்காராமே படிச்சிருக்கீங்களா?" என்று கேட்டார்... "அது கொற்றவைங்க நல்லா இருக்கும்" என்றேன். "என் ஃப்ரெண்டு ஒருத்தர் படிச்சிட்டு ஒண்ணுமே புரியலைன்னார்... நான் விஷ்ணுபுரம் படிச்சேன் சார்... அதுகூட புரியலை... பாலகுமாரன்தாங்க நமக்குத் தாங்கும்" என்றார்.

இன்னொரு இளைஞரையும் இங்கு சந்தித்தேன். இவர் நிஜமாகவே இளைஞர். சைக்கிளிங், ட்ரெக்கிங், மாரத்தான் என்று ஃபிட்னெஸ் பைத்திய கும்பல் ஒன்று அடிக்கடி இந்த பார்க் வரும். அதில்தான் அந்தப் பையனும் இருந்தார். கம்யூனிசம், சேகுவேரா, பாப் மார்லி, சாரு நிவேதிதா, ஓஷோ என இருபத்தி நான்கு வயது கிறுக்குத்தனங்கள் எல்லாம் இருந்தன. ஒரு ரவுண்டு அடித்ததுமே "அண்ணே இந்த சாருவோட எழுத்தில" என எதையாவது இழுத்துவிடுவார். அப்புறம் இருவரும் ஓரிடத்தில் அமர்ந்து இலக்கியத்துக்குள் ஓட ஆரம்பிப்போம். தொப்பை தேமே என்று இருக்கும்.

இவர்களிடமிருந்து தப்பி அதைச் செதுக்கி, ஷேப்பாக்குவதுதான் டாஸ்க்.

ஒருமுறை "அப்படின்னா சாருவோட எழுத்தில் உருப்படியா எதுவுமே இல்லையா?" என்று ஆவேசமாய் அந்த இளைஞர் கேட்க, "ஹ ஹ ஹ ஹ" என்று பெரும் சிரிப்பு சத்தம் கேட்டது. அசரீரியோ என பயந்தேன். இல்லை! கும்பலாய் அமர்ந்து சிரித்துக்கொண்டிருந்தார்கள். ஒருவேளை விஷ்ணுபுரம் வட்டமோ என்று பார்த்தேன். அதுவும் இல்லை. ஏதோ லாஃப் தெரப்பியாம்.

காலை நடை 2

நேற்று எழுதிய பதிவைப் படித்துவிட்டு நண்பர் இராமசாமி கண்ணன் எஸ்.ராமகிருஷ்ணன் வாசகாஸ் யாரும் அந்தப் பூங்காவுக்கு வரவில்லையா என்று கேட்டிருந்தார். வருகிறார். ஒரு முக்கியமான வாசகர். எஸ்.ராவின் எல்லாக் கூட்டங்களுக்கும் வந்துவிடுகிற பெரிய மனிதர் அவர். அவரைப் பற்றி பிறகு சொல்கிறேன்.

ஒருமுறை எஸ்.ராவையே அந்த பார்க்கில் பார்த்தேன். பொதுவாக, எஸ்.ரா சிவன் பார்க்கில்தான் வாக்கிங் போவார் என்பது ஐதீகம். இன்னொரு நண்பர் வளசரவாக்கம் பார்க்கில் வாக்கிங் போவதாகச் சொன்னார். இன்னொருவர் கோயம்பேடு பூங்காவில் உலவுகிறார் என்றார். இப்போது பார்த்தால் இங்கே நடேசன் நகர் பூங்காவில் தரிசனம். அருகே ஒரு வெள்ளைக்கார முதியவர் இருந்தார். யாராவது வாசகராய் இருக்கும் என நினைத்துக்கொண்டேன். என்ன இருந்தாலும் சர்வதேச எழுத்தாளர் அல்லவா?

அவரிடமே போய் வணக்கம் வைத்து, "எப்படி இத்தனை பூங்காவிலும் வாக்கிங் போறீங்க... அதுவும் ஒரே சமயத்தில்...?" என்றேன். அவர் அர்த்தமாகப் புன்னகைத்தார். சரி என்ன இருந்தாலும் மேஜிக்கல் ரியலிச எழுத்தாளர் அல்லவா? ஏதும் ட்ரிக் இருக்கும் என்று நினைத்துக்கொண்டு அடுத்த கேள்வியைக் கேட்டேன்.

லத்தீன் அமெரிக்காவில் இப்படி வாக்கிங் போற கலாசாரம் எல்லாம் இருக்கா சார்? (இதை ஏன் கேட்டேன் என்றே தெரியவில்லை. அவரிடம் போய் நின்றதும் இப்படியான சொற்கள் நம் வாயிலிருந்து வருகின்றன. மேஜிக்கல் ரியலிசம்)

எஸ்ரா பேசத் தொடங்கினார்... "வாக்கிங் போறதைப் பற்றி மார்க்வெஸ் அழகா ஓர் இடத்தில் சொல்லியிருக்கார். நாம்

நடக்கும் போது காலால் நடப்பதாகவா நினைக்கிறீர்கள்? உண்மையில் நாம் காலை ஊன்றி மனதால் நடக்கிறோம். காலத்தில் நடக்கிறோம். நான் இந்தியா முழுதும் நடந்திருக்கேன். அதுக்கு அப்புறம்தான் இந்த தொப்பை வந்துச்சு. ஆனா, நடக்கறது எனக்குப் பிடிக்கும். இமயமலையின் பள்ளத்தாக்குகளில் பனி நடப்பதைப் பார்த்திருக்கிறேன். பஞ்சாபின் கோதுமை வயல்களின் மேல் காற்று நடப்பதைப் பார்த்திருக்கிறேன். கங்கை நதியின் ஈர உடல் மீது நிலா நடப்பதைப் பார்த்திருக்கிறேன். இப்படி இயற்கை நடந்துட்டேதான் இருக்கு. நாம்தான் அதைப் பார்க்கறதில்லை. நாமும் நடக்கறதில்லை"

அருகில் இருந்த வெள்ளைக்காரர் "ஆஸம்" என்றார்.

எஸ்.ரா புன்னகைத்துவிட்டு தொடர்ந்தார். "வரலாறு முழுக்க எல்லாருமே நடந்திருக்காங்க. காளிதாசன் இந்தியா முழுக்க நடந்திருக்கான். மேகதூதம் படிங்க அதில் மேகம் பயணிக்கும் இமய மலைப் பகுதி வர்ணணை அவ்ளோ தத்ரூபமா இருக்கக் காரணம் அவன் நடைதான். காளிதாசன் ராமன் போன பாதையிலேயே நடந்து பார்த்திருப்பதா ஸ்டூவர்ட் சொல்றார். ராமனே நடக்கிறதுக்காகத்தான் வனவாசம் போனாருன்னு ஓர் ராமாயணம் இருக்கு. புத்தர் வட இந்தியா முழுக்க நடந்திருக்கிறார். கோவலனும் கண்ணகியும் நடந்த வழி முழுக்க நானும் கோணங்கியும் நடந்தோம். காந்தி ஊர் ஊரா நடந்திருக்கார். நேரு காதலிக வீடு வீடா நடந்திருக்கார். எதுக்காக நடந்தாலும் நடை முக்கியம். சேகுவேரா அடிப்படையில் ஒரு டாக்டர் என்பதால்தான் அவருக்கு சைக்கிளிங் மேல ஒரு க்ரேஸ். அந்த ஃபிட்னெஸ் மோகம்தான் அவரை ஊர் ஊரா சைக்கிளில் சுத்த வைச்சுது. அதுதான் நமக்கு ஒரு சேகுவேராவைக் கொடுத்தது."

அந்த வெள்ளையர் மீண்டும் வாவ் என்றார்.

"சார் நீங்க சொல்றதெல்லாம் உண்மை போலவே இருக்கு சார்" என்றேன்.

"யெஸ்... இதைத்தான் மேஜிக்கல் ரியலிசம்னு மார்க்வெஸ் சொல்றார்" என்றார்.

அந்த வெள்ளையர் "வாவ்... வாவ்... வாவ்" என்றார்.

நான் "யார் சார் இவரு ரொம்ப நேரமா எதுவும் பேசமா வாவ் மட்டுமே சொல்லிட்டு இருக்கார். உங்க வாசகரா" என்றேன்.

"அப்படித்தான் சொல்லிக்கிறார். எனக்கு லத்தீன் அமெரிக்கா முழுக்க வாசகர்கள் உண்டு. இவர் அதில் முக்கியமானவர். பேரு, காப்ரியல் கர்சியா மார்க்வெஸ். தங்கமான மனுஷன்" என்றார்.

கும்பளங்கி நைட்ஸ்

"கும்பளங்கி நைட்ஸ் (Kumbalangi Nights) பார்த்தேன் சார். ஒரு சாதாரண மலையாளப் படம் அதுக்குப் போய் இப்படி குதிக்கிறாங்க" என்றார் ஓர் உதவி இயக்குநர். நான் "அப்படியா" என்று கேட்டுவிட்டு அமைதியாகிவிட்டேன். பொதுவாக, ஒரு நல்ல கலைப்படைப்பின் முன் இப்படி மூளைக்குள் மீசை முறுக்குவது ஒருவகை இளம் பருவக் கோளாறு. இருபத்தைந்து வயதில் அது இருக்கலாம் தவறு இல்லை. நாற்பது வயதிலும் இருந்தால் கொஞ்சம் கவலைப்பட வேண்டிய விஷயம்தான்.

அது சாதாரணப் படமா என்றால் ஆமாம். கொஞ்சம் சினிமாத்தனம்கூட உண்டு. ஒருவகையான ஃபீல் குட் ஆட்டிட்யூட். அதனால் என்ன? படம் மிகச் சிறப்பாக வந்திருக்கிறது. படம் பேசும் விஷயம் முக்கியமானது. இதற்கு முன் இந்திய சினிமா உரையாட முன்வராதது. அதைவிட அது தொட்டுச் செல்கிற, பேசாமல் விடுகிற சப் டெக்ஸ்ட் இன்னமும் முக்கியமானது.

மனிதன் ஒரு சமூக விலங்கு. அவனால் தனியாக வாழ முடியாது. குரங்குகள் கும்பலாய் வாழ்ந்த காலத்திலிருந்து வந்த பழக்கம். ஆனால், அவன் குரங்கு இல்லை என்பதால் கும்பலோடு மட்டுமே எப்போதும் இருக்க முடியாது. அதிலும் பழகிய கும்பல், பழகாத கும்பல் என்று ஆயிரத்தெட்டு உள் சிக்கல்கள்.

இதெல்லாம்தான் பிற்பாடு குடும்பம், இனம், குலம் என்று பாடாவதி விழுமியங்களாக மாறுகின்றன. இங்கு ஒருவனால் தன்னிச்சையாக ஒரு குழுவிலிருந்து விலகி இன்னொரு குழுவில் இணையவோ தனித்துச் செல்லவோ முடிந்திடுமா? அது, குடும்பம், ஜாதி மதம், கட்சி, சித்தாந்தம் என எதுவாகவும் இருக்கட்டும்.

கும்பளங்கியில் இது நிகழ்கிறது. ஒரு குடும்பம். நம்முடைய சமூகம் சொல்லும் குடும்பம் என்ற வரையறைக்குள் வராத, வரத் தயாரும் இல்லாத ஒரு குடும்பம். அன்பும் அடிதடியும் கைகலப்புமாய் வாழும் முறையற்ற அண்ணன் தம்பிகள் (என்னவொரு கொடூரமான சொல்லிணைவு) அவர்களோடு எங்கிருந்தோ வந்து இணைந்துகொள்ளும் ஒரு கறுப்பினப் பெண், ஒரு தமிழ்ப் பெண், ஒரு கைக் குழந்தை என்று விநோதமான குடும்பம் ஒன்றை நாம் பார்க்கிறோம். உண்மையில் அப்படியான குடும்பங்கள் இங்கு இல்லாமல் இல்லை. நாம்தான் அவற்றை குடும்பமாகக் கருதுவது இல்லை. இந்தப் படம் அந்த மனோபாவத்தைத்தான் கேள்வி கேட்கிறது.

படத்தில் இன்னொருபுறம் நமது சமூகத்தின் நற்குடி அந்தஸ்து பெற்ற ஒரு குடும்பம் ஒன்று உள்ளது. அந்தக் குடும்பத்திலிருந்து மேலே சொன்ன குடும்பத்துக்குள் வந்து சேரத் துடிக்கிறாள் ஒரு பெண். அவளது நற்குடி குடும்பத் தலைவனின் விகாரம் படம் முழுக்க மணக்கிறது. ஒருவகையில் அது நமது தேசிய நாற்றம். நமது குடும்பம் என்ற அமைப்பு உருவாக்கிய, உருவாக்கும் அன்பு மற்றும் அக்கறையின் பெயரிலான நாற்றம்.

படத்தைப் பற்றி உரையாட மேலும் சில உள்ளடுக்குகள் உள்ளன. ஒரு கோணத்தில் இப்படம் பார்க்கும்போதே எனக்கு சில மாதங்களுகு முன்பு பார்த்த ஷாப் லிஃப்டர்ஸ் படம் நினைவுக்கு வந்துகொண்டே இருந்தது. அதிலும் இப்படி ஒரு குடும்பமற்ற குடும்பம் உண்டு. அதிலாவது வேறு வேறு குடும்பங்களில் பிறந்து வளர்ந்து சில காலம் ஒன்றாகச் சேர்ந்து வாழ நேர்ந்துவிட்டவர்கள்தான் இருப்பார்கள்.

கும்பளங்கி அதையும் தாண்டி நில, தேச, இன, மத வர்த்தமானங்கள் கடந்து மனிதர்களை இணைக்கிறது. எந்தவித ரத்த சம்பந்தமும் இல்லாதவர்கள் ஒன்றாக வாழ முடியாதா என்று கேட்கிறது. இது எல்லாம் பார்வையாளன் மனதில் உணரப்படும் கேள்விகள், திரையில் இவை எல்லாம் விவாதிக்கப்படுவதில்லை. அவர்கள் ஒவ்வொருவரும் இயல்பாகத் தங்கள் வாழ்வை எதிர்கொள்கிறார்கள். அதன்

வழியே கதை நகர்கிறது. இந்த இடத்தில் திரைக்கதை பற்றிச் சொல்ல வேண்டும்.

நாம் என்னவோ திரைக்கதை, திரை மொழி என்றெல்லாம் ரொம்ப அலட்டிக்கொள்கிறோம். சொல்லப்போனால் நாயகனையும், தயாரிப்பாளரையும் போலவே திரைக்கதையும் ஒரு பேயுரு போல நமது இயக்குநர்களை மிரட்டிக்கொண்டிருக்கிறது. மலையாளிகள் இந்த எல்லைகள், கோட்பாடுகள், வரையறைகளை எல்லாம் இயல்பாகக் கடக்கிறார்கள். ஆற்றொழுங்கான கதைப்பாங்கோடு திரைக்கதையை அதன் போக்கில் வளர்த்தெடுக்கிறார்கள்.

பகத் பாசில் நடிப்பைப் பற்றி சொல்லவும் வேண்டுமா? பகத் பாசில் என்றில்லை அனைவருமே மிக இயல்பாக நடித்திருக்கிறார்கள். நம்ம ஊர் பொண்ணு ஷீலா ராஜ்குமாருக்கு அழகான வாய்ப்பு. திறமையாக நடித்திருக்கிறார். அவருக்கு ஒரு ஸ்பெஷல் வாழ்த்து. அது போலவே, திரைக்கதை எழுதிய ஷ்யாம் புஷ்கரன் புதுமுக இயக்குநர் மதுஸ்ரீ நாராயணன் இருவருமேகூட கொண்டாடப்பட வேண்டியவர்கள்.

அரசியல்... அழகியல்!

அரசியல் பிரதிகளுக்கு கலை அழகியல் தேவை இல்லை. அவை தன்னளவில் அழகியல் பண்பு கொண்டவை என்று ஒரு வாதம் உள்ளது. இதை முதன் முதலில் இடதுசாரிகள் முன்வைத்தார்கள். ரஷ்யாவின் உருவவியல்வாதிகளுக்கு (Formalist) எதிராக இந்த பதிலை முன் வைத்தார்கள். இதுவரை எழுதப்பட்ட அழகியல் உங்களின் அழகியல், நாங்கள் எழுதுவது எங்களின் அழகியல் என்றார்கள். ட்ராட்ஸ்கி இது தொடர்பான உரையாடல்களில் நிறைய ஈடுபட்டார். மார்க்சிய அழகியல் என்றோர் அழகியல் கோட்பாடு முன்வைக்கப்பட்டது. அது ஒருவகை எதார்த்தவாத அழகியல். ரஷ்யாவைக் கடந்து, ஐரோப்பா, அமெரிக்கா வரை அதன் செல்வாக்கு இருந்தது.

இன்றும் ஒடுக்கப்பட்டோர் அரசியல் பேசுவோர், இடதுசாரிகள், பெண்ணியர்கள் இந்த உரையாடலை அவ்வப்போது முன்வைப்பார்கள். இதைத் தனித்துவமாக அணுகுங்கள் என்பது அதில் உள்ள கோரிக்கை. தோழர் கரன் கார்க்கி தன்னுடைய நாவல் குறித்த விமர்சனக் குறிப்பு பற்றிச் சொல்லும்போதும் இதைப் போலச் சொல்கிறார்.

"இந்த இது எங்கள் எழுத்து, அது உங்கள் எழுத்து உரையாடல் பற்றி உலகம் முழுதும் பல நூறு பக்கங்கள் எழுதப்பட்டாயிற்று. அதை எல்லாம் தேடிப்படிப்பது நம் கடமை. இப்படியான உரையாடல்கள் தீவிரமான கொதி நிலையில் நிகழ்வதால் பெரும்பாலான கலைஞர்கள் பதுங்கு குழி நிலைக்கு சென்றுவிடுவார்கள். எஞ்சியவர்கள் ஒருவருக்கு ஒருவர் கொலைவெறித் தாக்குதலில் இறங்கி, பலத்த காயங்களுடன் செட்டிலாகி, பஞ்சாயத்தை அடுத்த தலைமுறைக்குக் கடத்துகிறார்கள். நம் சமூகத்தில் இந்த

அரசியல் விடுதலைகள் எட்டப்படாத வரை இந்தப் பிரச்சனைக்கும் முடிவில்லை போல..."

கலை என்பது ஒட்டுமொத்த சமூகத்தின் விளைபொருள். அதன் பின் வெவ்வேறு சமூகங்களின் உழைப்பு இருந்தாலும் அதன் உச்சங்கள் மானுடத்துக்கானவை. மின்சாரத்தை முதலாளித்துவம் கொண்டு வந்தது என்பதற்காக கம்யூனிஸ்ட்டுகள் அதைக் கைவிட முடியுமா? ராக்கெட் சயின்ஸ் ஐரோப்பியர்களுடையது என்பதால் தமிழ் தேசியர்கள் நிராகரிக்க வேண்டுமா? கலை இலக்கியங்கள் பற்றிய உரையாடலை மட்டும் ஏன் பொதுமைப்படுத்தாமல் ஆளும் வர்க்கங்களுக்கு கையளிக்க வேண்டும். ஒரு பிரதி அதன் அரசியலால் எந்த வர்க்கத்தை, சமூகத்தின் நலனை முன் வைக்கிறது என்பது வேறு, அது உருத்திரண்டு எந்த அழகியல் மீது நிற்கிறது என்பது வேறு. முன்னது வேண்டுமானால் சார்புடையதாய் இருக்கலாம். பின்னது, மானுடப் பொதுமையானது அல்லவா?

அடையாளம் மற்றும் வித்தியாசங்கள் பற்றிய புரிதலோடே இதை எழுதுகிறேன். எல்லாவற்றையும் அதனதன் போக்கில் வித்தியாசப்படுத்தி அதன் பன்மையை நிறுவுவது பின் நவீன அழகியல் என்றால் எல்லாவற்றையும் அதன் பண்பறிந்து சாராம்சப்படுத்துவது இடதுசாரி அழகியல் அல்லவா? நாம் எதைப் பேசப்போகிறோம்?

லத்தின் அமெரிக்க இலக்கிய வரலாறு

லத்தீன் அமெரிக்க இலக்கிய வரலாற்றைப் படித்துக் கொண்டிருக்கிறேன். என் அபிமான ரொபர்த்தோ பொலனோவின் '*Savage Detectives*' நாவலை வாசிக்கத் தொடங்கி, அதைப் புரிந்துகொள்வதற்காக இந்தக் கடலுக்குள் குதித்தேன்.

அங்கொன்றும் இங்கொன்றுமாய் வாசித்த லத்தீன் அமெரிக்க இலக்கியங்களின் பின்னணி கோர்வையாய்ப் புரிகிறது.

போர்ஹெஸ் தனது தத்துவார்த்தமான, அடர்த்தியான சிறுகதைகளை எழுதியதும்,

மார்க்வெஸ் தனிமையின் நூறாண்டுகளை எழுதியதும் தன்னிச்சையானதோ எதேச்சையானதோ அல்ல என்பது அதன் வரலாற்றை வாசிக்கையில் நன்கு புரிகிறது.

உலக இலக்கியப் பரப்பில், அதாவது லத்தீன் அமெரிக்காவுக்கு வெளியே ஐரோப்பிய, ரஷ்ய இலக்கியங்களிடையே இயங்கிக்கொண்டிருந்த முரண் எப்படி லத்தீன் அமெரிக்க இலக்கியங்களில் இயங்குகிறது என்பதையும் கவனிக்க முடிகிறது.

ரஷ்யாவின் எதார்த்தவாதம், மார்க்சிய அழகியல், உருவவியல் கோட்பாடுகள் ஒருபுறமும் ஐரோப்பாவின் நவீனத்துவர்களான ஜேம்ஸ் ஜாய்ஸ், லோர்க்கா, விர்ஜினியா வுல்ஃப், வில்லியம் ஃபாக்னர், அந்தோனின் ஆர்த்தோ, ரைம்போ போன்றோரின் பரீட்சார்த்த முயற்சிகள் மற்றொரு புறமும் எப்படி நவீன லத்தீன் அமெரிக்கப் படைப்புகளில் இயங்கின என்பதையும் புரிந்துகொள்ள முடிகிறது.

உலகம் முழுவதுக்குமான ஓர் உலக இலக்கியப் பெருந்திரட்டை (*Pan Literary Canon*) உருவாக்குவதற்கான சாத்தியத்தை இது உருவாக்குகிறது என்று தோன்றுகிறது (அரேபிய, சீன, ஜப்பானிய இலக்கியங்களையும் இப்படி, நோக்க முடிந்தால் இது சாத்தியமே)

இன்று நாம் கொண்டாடும் லத்தீன் அமெரிக்க இலக்கியங்கள் உருப்பெறும் முன்பு 1920-30களில் இரண்டு கருத்தியல் தரப்புகளுக்கு இடையே கடும் உரையாடல்கள் நடந்தன. இதில் ஒன்றை போய்டோ அணி என்றார்கள். இவர்கள் பேசியது நேரடியான புரட்சிகர அரசியல் இலக்கியம். மார்க்சிய அழகியல் போன்ற ரஷ்ய அழகியல் கோட்பாடுகளின் தாக்கமும் ரொமாண்டிசிசமும் எதார்த்தவாதமும் இவர்களின் கலை வழிகளாய் இருந்தன.

இதற்கு எதிரான தரப்பு ஃப்ளோரிடா அணி. இவர்கள் சர்ரியலிசம், டாடாயிசம் போன்றவற்றையும் புதிர்மையான சொல்லல் முறைகளயும் முன்வைத்தார்கள். போர்ஹெஸ் போன்ற மூத்த ஜாம்பவான்கள் இந்த மரபில் வந்தவர்கள்தான். போர்ஹெஸ் தான் ஃப்ளோரிடா அணியைச் சார்ந்தவன் கிடையாது என்று அடம் பிடித்தாலும் விமர்சகர்கள் வம்படியாய் அவரை இந்த வண்டியில்தான் ஏற்றுகிறார்கள்.

இது நம் ஊரின் வானம்பாடி மரபு. எழுத்து மரபினரின் சண்டையேதான். நம் ஊரில் எண்பதுகளின் இறுதியிலும் தொண்ணூறிலும் நிகழ்ந்ததைப் போன்ற மாற்றம் ஒன்று அங்கு 1960 களில் நிகழ்கிறது. இவ்விரு மரபுகளின் தாக்கமும் பெற்று வந்த மார்க்வெஸ், புயந்தஸ், லோசா போன்ற புதிய தலைமுறை ஒன்று உருவாகி, லத்தீன் அமெரிக்க இலக்கியங்களைப் புகழின் உச்சிக்குக் கொண்டு செல்கிறார்கள். அதிலும் 1960-67 ஏழே வருடங்கள் மிகவும் முக்கியமானவை என்கிறார்கள் விமர்சகர்கள். இன்று நாம் கொண்டாடும் லத்தீன் அமெரிக்க பேரிலக்கியங்களில் பெரும்பகுதி அந்த ஆண்டுகளில் எழுதப்பட்டவைதான். இந்த மேஜிக் எப்படி நடந்தது என்றுதான் புரியவில்லை.

மேலோட்டமாகச் சொல்வதென்றால் நவீன லத்தீன் அமெரிக்க வரலாறு மூன்று வட்டங்களால் ஆனது. முதல்

மற்றும் உள்வட்டத்தில் ஹோராசே மார்த்தி முதல் போர்ஹெஸ், யுவான் ரூல்ஃபோ, கொர்த்தஸார், கார்பெந்தர் வரையான ஆசான்கள் இருக்கிறார்கள். இரண்டாவது மற்றும் மைய வட்டத்தில் மார்க்வெஸ், லோசா, புயந்தெஸ், ஆக்டோவியா பாஸ், நெரூதா போன்றோர் இருக்கிறார்கள், மூன்றாவதில் சரமாகோ, பொலானோ முதல் வயஹோ, இசபெல் ஆலண்டே, பாவ்லோ கெய்லோ வரை இருக்கிறார்கள்.

ஒரு பிரதேச இலக்கியம் வெறும் முக்கால் நூற்றாண்டில் ஆயிரமாயிரம் ஆண்டு கால இலக்கியப் பாரம்பரியமுள்ள நிலங்களின் இலக்கியத்தை எப்படித் தூக்கி விழுங்கியது என்று யோசிக்க ஆச்சர்யமாக இருக்கிறது. (அவர்களிடமும் பல நூற்றாண்டுகள் பழைய வாய்மொழி இலக்கியங்கள், நாட்டார் கதைகள், பாடல்கள் உண்டுதான்) உண்மையில், இது ஒன்றும் பதில் கண்டடைய முடியாத கேள்வி அல்ல. தேடத்தான் ஆளில்லை இங்கே...

கவிதையாம் காதலி!

இன்று உலகக் கவிதைகள் தினம். கவிதைகளை எழுதும், கவிதைகளை வாசிக்கும், கவிதைகளை நேசிக்கும் ஒவ்வோர் உள்ளத்துக்கும் வாழ்த்துகள்.

கவிதையை 'கலைகளின் அரசி' என்பார்கள். இப்படிச் சொல்வதால் மற்ற கலைகள் மட்டமென ஆகிவிடாது. இது ஏன் சொல்லப்படுகிறது என நாம் சிந்திக்க வேண்டும். ஏதோ சொல்ல வேண்டும் என்பதற்காகச் சொல்லப்பட்டதோ வெறும் உயர்வுநவிற்சியோ அல்ல. அஃதோர் ஆழமான சிந்தனையிலிருந்து வருகிறது.

கலைகளில் மிகப் பழையது கவிதைக்கும் முந்தையது ஓவியக் கலை. மானுட மொழி சமைவதற்கும் பல லட்சம் வருடங்கள் முந்தையது. உலகம் முழுதும் ஆங்காங்கே கிடைக்கும் கற்கால மனிதர்கள் கீறிய பாறை ஓவியங்களே இதற்கு சாட்சி.

கலையின் பிரதானம் உணர்வுகள் என்பதறிவோம். அந்த உணர்வுகளைச் சொல்வதில் ஒவ்வொரு கலை வடிவமும் ஒவ்வொரு பாங்குடையது. உதாரணமாக கவிதை என்பதும் இசை என்பதும் காலத்தில் (Time) இயங்குவன. ஓவியம் என்பதும் சிற்பம் என்பதும் வெளியில் (Space) இயங்குவன. இந்த இரு வகைமைகள் கிளர்த்தும் உணர்வுகளும் ஒன்றல்ல.

வெளியில் இயங்கும் கலை புலன் உணர்வின் வழியே நம்மைத் தொடுவது. காலத்தில் இயங்கும் கலை சிந்தனை உணர்வின் வழியே நம்மைத் தொடுவது.

நாடகமும் சினிமாவும் காலத்திலும் வெளியிலும் (Time and Space) இயங்கும் பண்புடையவை. இவை ஒவ்வொன்றின் அனுபவங்களும் வேறு வேறானவை.

இந்த அடிப்படை வித்தியாசத்தை நாம் புரிந்துகொள்ள வேண்டும். இப்போது கவிதை ஏன் கலைகளின் அரசி என்ற பழைய கேள்விக்கு வருவோம்.

'எல்லாக் கலைகளும் மௌனத்தின் பண்பை அடைய விரும்புகின்றன' என்ற ஒரு புகழ் பெற்ற கூற்று உண்டு. மிகவும் தத்துவார்த்தமான கண்டடைதல் இது. உணர்வுகளை அலைதல் என்று கொண்டால் மௌனம் தான் இருத்தல், அமர்தல் அல்லது உச்சம் என்ற இருமையிலிருந்து வரும் சிந்தனை இது.

கலை போலவே மானுட சிந்தனையின் இன்னொரு இயல்பான தத்துவத்துக்கும் தர்க்கத்துக்குமேகூட இது பொருந்தும். எனவே இது, எல்லா மானுட சிந்தனைகளும் மௌனத்தின் பண்பை அடைய விரும்புகின்றன என்றே இருந்திருக்க வேண்டும்.

உணர்வுகள் தொடர்பான மானுட சிந்தனையான கலைகளைப் பொருத்த வரை எது உணர்வுகளைச் சொல்வதில் தீவிரமானது, அசாதாரணமானது, துல்லியமானது என்றால் இசைதான். இசை போல் மனித உணர்வை மிகச் சிறப்பாய் தொடும் கலையை மனிதன் இதுவரை உருவாக்கவில்லை. எனவேதான் ஜார்ஜ் தாம்சன் "எல்லாக் கலைகளும் இசையின் பண்பை அடைய விரும்புகின்றன" என்றார். இதை நாம் ஆழமாகச் சிந்திக்க வேண்டும்.

இசை எனும் காலத்தில் இயங்கும் கலை வடிவம் போலவே அதற்கு அடுத்த நிலையில் மனித உணர்வுகளைச் சொல்வதில் மிகச் சிறந்தது கவிதைதான். அதாவது சொல்ல நினைத்ததைத் துல்லியமாய்ச் சொல்ல முடிவது.

அதாவது வெளியில், புலன்களின் வழி இயங்கும் கலை வடிவங்களைவிட காலத்தில் சிந்தனையில் இயங்கும் கலை வடிவங்கள் வலிமையானவை என்றாகிறது.

அப்படிப் பார்த்தாலும் இசைதானே பேரரசி. இருக்கலாம். ஆனால் மானுட மொழிகளில் இயங்கும் கலை வடிவங்களில் பிரதானமாய் கவிதைதானே இருக்கிறது. அதனால்தான் அது அரசி.

இவ்விடத்தில் சிறுகதை, நாவல் என்றெல்லாம் ஒரு நவீன வாசகன் குழம்பக் கூடும். தத்துவத்தைப் பொருத்த வரை எழுத்துக் கலைகள் எல்லாமும் ஒன்றுதான். கவிதையின் வேறொரு வடிவே சிறுகதை, நாவல் போன்ற வடிவங்கள். அவை உணர்வுகளை நீட்டி முழக்குதல், கட்டுதல், கலைத்தல் என்ற காலப் பொருண்மையில் ஜாலங்களை உருவாக்குவதன் வழியே தம்மை நிறுவுகின்றன அவ்வளவே. எனவே, அவை கவிதையின் குழந்தைகள்தான்.

அரிஸ்டாட்டில் கலை தொடர்பான தன் நூலுக்கு கலையியல் எனப் பெயரிடாமல் கவிதையியில் எனப் பெயரிட்டது ஏன் எனச் சிந்திக்க வேண்டும். மனித மூளை மொழியில் ததும்பி வழியும் வஸ்து. அது தர்க்கம் மற்றும் கற்பனை என இரண்டு பண்புகளால் மட்டுமே இயங்கச் சாத்தியமானது. கற்பனை கலையாகிறது. தர்க்கம் தத்துவமாகிறது.

உணர்வில் கரைதல் கலை. உணர்வை கவனித்தல், சிந்தித்தல் தத்துவம். உணர்வில் கரைதல் கலை என்றால் மொழி வழிக் கலைகளில் கவிதையே பிரதான ஆரம். அதனால்தான் அரிஸ்டாட்டில் கவிதையியல் என்றான். அதனால்தான் அவள் கலைகளின் அரசி.

வாழ்க நீ எம் கவிதையாம் காதலி!

கலையின் பாவனை

உணர்வுகளை நீட்டி முழக்குதல், கட்டுதல், கலைத்தல் என்ற காலப்பொருண்மையில் ஜாலங்களை உருவாக்கும் கவிதைக் குழந்தைகளே புனைவுகள் என்று சொல்கிறீர்கள். அப்படிப் பார்த்தால் கவிதைக்கும் புனைவு வடிவங்களுக்குமான வேறுபாடு வாசகர்-படைப்பாளர் ஒரு கலைப்படைப்பில் பங்குபெறும் விகிதாச்சாரம் அடிப்படையிலேயே மாறுபடுவது தான் எனலாமா? அதனால்தான் கவிதையின் தொடுதலும் பிற எழுத்துக்கலைகளின் தொடுதலும் வேறுவேறா?

கலையில் உணர்வு ஒரு பாவனை வடிவம் கொள்ளும். அதனால் ஒரு மன உணர்வைத் துல்லியமாக கலையில் வெளிப்படுத்துதல் என்பது சாத்தியமே இல்லை. அதாவது ஒரு அழுகை, அல்லது ஒரு குதூகலம் நிஜத்தில் நிகழ்வதற்கும் கலையில் நிகழ்வதற்கும் வித்தியாசம் இருக்கிறது. மிக மோசமான தாங்கவே இயலாத ஒரு துக்கத்தில் மனித மனம் கவிதை எழுதுமா ஓவியம் வரையுமா இசை வாசிக்குமா என்றால் எதையுமே செய்யாது. ஓவென அரற்றி அழ மட்டுமே செய்யும். அதனால் அந்த உணர்வை அழுகை எனும் மொழியில் மட்டுமே வெளிப்படுத்த முடியும். சற்று மனம் ஓய்ந்து, ஓரளவு சமன் கொண்டால்தான் அந்த துக்கத்தை ஒரு பாட்டாகவோ கவிதையாகவோ மாற்ற முடியும். அப்படி வெளிப்படுத்தும் துக்கம் அதை எழுதுபவனுக்கு வெறும் துக்கம் மட்டுமேவா என்றால் ஆமாம் என்று முழுமையாய்ச் சொல்ல முடியாது. கலையில் வெளிப்படும் துக்கம் ஒருவகை ஆனந்தம். உங்கள் துக்கத்தை இன்னொருவர் கவிதையில் நீங்கள் கண்டால் ஏற்படும் உணர்வு துக்கம் மட்டுமே அல்ல ஒரு மாபெரும் ஆறுதல், விடுதலையுணர்வு. இதுதான் நிஜமான துக்கத்துக்கும் கலையில் காணும் துக்கத்துக்கும் இருக்கும் வித்தியாசம்.

எனவே, கவிதையில் கலையில் தொடப்படும் உணர்வு நிஜமான உணர்வல்ல, அதன் மேல்நிலையாக்க நிலை. இந்த மேல்நிலையாக்க நிலை அற்ற சம்பூர்ண உணர்வு நிலையை இசைதான் மிகச் சிறப்பாகத் தொடுகிறது. அது மிகக் குறைந்தபட்ச அளவிலேயே உணர்வை மேல்நிலையாக்கத்தால் மாற்றமடையச் செய்கிறது. அதனால்தான் இசை கேட்டு விட்டு, துக்ககரமான மனம் ஒன்று குமுறிக் குமுறி அழுகிறது. இசைக்கு அடுத்த நிலையில் இந்த சம்பூர்ண உணர்வை மீட்டும் நிலையை எழுத்துக் கலைகளில் கவிதையே ஓரளவு தொடுகிறது. சிறுகதை, நாவல் போன்ற வடிவங்களில் இயங்குவது ஒரு மாபெரும் நாடகத்தின் அபத்த உணர்வு. அது மௌனத்தை நோக்கி நகர்வதாலேயே அந்த சம்பூர்ண உணர்வு நிலையைத் தொட முயல்கிறது.

கவிதையியல்

கவிதை வேறு கவிதையியல் வேறு. முன்னது கலைச் செயல்பாடு. பின்னது தர்க்கச் செயல்பாடு. கவிதை குறித்த பேச்சுக்கள் யாவும் கவிதையியல் குறித்த பேச்சுக்களே. கவிதை எழுதும் எல்லோராலும் ஏன் வாசிக்கும் ஒவ்வொருவராலும் கவிதை குறித்துப் பேசிவிட முடியும்தான். ஆனால் அந்தப் பேச்சு கவிதையியலை எவ்வளவு செழுமையாக்குகிறது என்பதே முக்கியம். கவிதையியலை செழுமையாக்கும் பேச்சுக்கு கவிதைச் செயல்பாட்டோடு தொடர்பு இருத்தல் ஓரளவு நலம். எலியட் இதையே 'தன் வாழ்நாளில் ஒரு கவிதைகூட எழுதாதவர்கள் கவிதை குறித்துச் சொல்வதைப் பொருட்படுத்தாதீர்கள்' என்கிறான். சங்க இலக்கியங்களை எப்படிப் புரிந்துகொள்வது என்ற கேள்வி, சங்க கால வாழ்வு எப்படிப்பட்டது என்பதோடு தொடர்புடையது. அதே சமயம் மொழி எப்படி கவிதையின் பண்பை அடைகிறது என்ற எல்லா காலத்துக்குமான பிரச்சனையோடும் தொடர்புடையது.

இளங்கோ கிருஷ்ணன்

உணர்வின் இயங்கியல்

கோணங்கியின் இந்தப் பேச்சு 'கல்குதிரை' இதழின் தஸ்தாயெவ்ஸ்கி சிறப்பிதழை நினைவுபடுத்துகிறது. கல்குதிரையின் அந்த இதழ் வழியாகவே நாங்கள் தஸ்தாயெவ்ஸ்கியை அறிந்தோம். ஒரே மூச்சில் மொத்த இதழையும் படித்துவிட்டு, கோவை ஞானியிடம் போய் எனக்கு தஸ்தாய்வெஸ்கியைப் பற்றிச் சொல்லுங்கள் என்று கேட்டு நின்றது நினைவுக்கு வருகிறது. அந்த இதழைப் படித்த பிறகு நான் தாஸ்தாயெவ்ஸ்கி பைத்தியமாகவே ஆனேன். 'மெச்சி உனை ஊரார் புகழ்ந்தால் மேனி சிலிர்க்குதடி' என்று பாரதி சொன்னது போல் எவர் தஸ்தாயெவ்ஸ்கியைப் பேசினாலும் இன்னும் கொஞ்சம் பேசேன் என்று அங்காந்திருப்பேன். தாஸ்தாயெவ்ஸ்கி எழுதியவை, தஸ்தாயெவ்ஸ்கி பற்றி எழுதியவை என ஒவ்வொன்றையும் தேடித் தேடிப் படித்தேன். அந்நாட்களில் நண்பன் இசையிடமும் பிற நண்பர்களிடமும் தஸ்தாயெவ்ஸ்கி பற்றி பினாத்திக் கொண்டே இருந்தேன்.

ஷேக்ஸ்பியர்- தஸ்தாயெவ்ஸ்கி – பீத்தோவான் - வான்கோவ் ஆகியோரை சம உச்சங்கள் என்று நினைத்துக்கொள்வேன். முன்னிருவர் சொல்லில் செய்ததை பின்னிருவர் இசையிலும் வர்ணத்திலும் நிகழ்த்தினார்கள் என்றொரு புரிதல் எனக்குண்டு. அறிவின், தர்க்கத்தின் இயங்கியலை எழுதிக் காட்டிய மார்க்ஸ் போல் உணர்வின் இயங்கியலை எழுதிக் காட்டிய மேதை பீத்தோவான் என்பார் மானுட சாரம் எழுதிய ஜார்ஜ் தாம்சன். நான் இதையே ஷேக்ஸ்பியருக்கும் தஸ்தாயெவ்ஸ்கிக்கும் வான்கோவுக்கும்கூட சேர்த்துச் சொல்வேன். வான்கோவையும் தஸ்தாயெவ்ஸ்கியையும் ஒப்பிட்டுப் பேசும் கோணங்கியின் இந்தப் பேச்சை மிகவும் ரசித்தேன்.

https://www.youtube.com/watch?v=b-XO3_-K728...

அஞ்சலி : எஸ்.ஆர்.ஃபரூக்கி

உருது மொழியின் புகழ் பெற்ற கவிஞரும் கலை இலக்கிய விமர்சகருமான சம்சூர் ரஹ்மான் ஃபரூக்கி நேற்று காலமானார் என்ற செய்தியை இந்து இதழில் வாசித்தேன். உருது இலக்கியப் போக்குகளை நவீனத்துவம் நோக்கித் திருப்பிய முக்கியமான ஆளுமைகளில் ஒருவர் ஃபரூக்கி.

நவீன உருது மொழி மூன்று பெரிய இலக்கிய இயக்கங்களின் தாக்கத்தால் ஆனது என்கிறார் கோபி சந்த் நாரங். ஸர் சையது இயக்கம் எனும் இஸ்லாமிய சீர்திருத்தவாத இயக்கம், முற்போக்கு இயக்கங்கள் மற்றும் நவீனத்துவ இயக்கம்.

இதில், ஃபரூக்கி பின்னிரு இயக்கங்களின் தாக்கமும் கணிசமாகக் கொண்டிருந்தார். ஜமைத்-இ-இஸ்லாமி போன்ற அமைப்பிலும் இருந்தார். பின்னர் முற்போக்கு இயக்கங்களிலும் இருந்தார். இதைப் பற்றிப் பின்னர் சொல்லும்போது, "அவற்றுக்கு இடையே பெரிய வித்தியாசங்கள் இல்லை. ஒன்று புரட்சியையும், இன்னொன்று அல்லாவையும் வழிபடுகின்றன" என்றார்.

ஐரோப்பிய மைய நவீனத்துவச் சிந்தனைகளை அராபிய, பாரசீக மரபுகளின் பின்னணியோடு புரிந்துகொள்வதிலும், உருது இலக்கியத்தை அவ்வழியே நவீனப்படுத்துவதிலும் ஃபாரூக்கியின் சிந்தனைகள் முக்கியமானவை என்கிறார்கள்.

சமகால உருது இலக்கியங்கள் பற்றி சாகித்ய அகாடமி இதழில் வெளியாகியிருந்த கட்டுரை ஒன்றின் வழியாகவே நான் ஃபாரூக்கியைப் பற்றி அறிந்துகொண்டேன். கவிதையியல் தொடர்பான சமகால விமர்சகர்களில் ஃபாரூக்கி எவ்வளவு முக்கியமானவர் என்பதைச் சொல்லும் கட்டுரை அது.

சரஸ்வதி சம்மான் உட்பட சில முக்கியமான விருதுகளைப் பெற்றிருக்கிறார். இவரது, 'கை சாந்த் தே சாரே அஸ்மான்' என்ற நாவல் மிகவும் புகழ்பெற்றது. இது, 'The Mirror of Beauty' என்ற பெயரில் ஆங்கிலத்தில் வந்துள்ளது. (நான் வாசிக்கவில்லை). 18 மற்றும் 19-ஆம் நூற்றாண்டில் முகலாயர்கள் அதிகாரம் இழந்த பிறகான வட இந்தியச் சூழலில் வாழ நேர்ந்த இந்திய முஸ்லீம்கள் பற்றிய முக்கியமான நாவல் என்கிறார்கள்.

அஞ்சலி : தொ.ப

தமிழில் பண்பாட்டு ஆய்வுப் புலம் என்பது ஆளரவமற்ற பாதை. விரல் விட்டு எண்ணக்கூடியவர்கள் மட்டுமே அதில் பயணித்திருக்கிறார்கள். அதில் தொ.ப ஓர் அபூர்வம். தமிழின் பண்பாட்டு அசைவுகளைத் தன் ஆய்வு முடிவுகளாலும் உள்ளுணர்வாலும் விளக்க முயன்றவர்.

அதில் எவர் கண்ணுக்கும் தென்படாத அசாதாரணமான கண்டடைவுகளும் நிகழ்ந்தன. சில சறுக்கல்களும் இருந்தன. எல்லா ஆய்வாளர்களுக்கும் நேர்வதுதான் இது.

தொ.ப தன் பேச்சின் வழியே தர்க்கங்களையும் கருத்துகளையும் தொகுக்கும் இயல்புடையவர். சிந்திப்பதை உரையாடலின் வழியே நிகழ்த்துபவர். இது ஒருவகை படைப்பியக்க ஆய்வு முறை. பட்டறிவும், தர்க்கமும், உள்ளுணர்வும் ஒன்றுகூடி இயங்கும் புள்ளி. சமயங்களில் இதில், அபூர்வமான தெறிப்புகள் இருக்கும். அதுபோலவே, பிழையான கண்டடைதல்களும் நிகழும். நுண்ணறிவுள்ள ஒரு வாசகன் கொள்ள வேண்டியதைக் கொண்டு, தள்ள வேண்டியதைத் தள்ளுவது கடமை.

தொ.ப வின் முக்கியமான பங்களிப்பு என்பது, தமிழ்ப் பண்பாட்டின் அசைவியக்கங்களில் இருந்த அவைதீகப் பண்புகளைக் கண்டுபிடித்துச் சொன்னதும். அதன் வழியே தமிழ்ப் பண்பாட்டு மரபென்பது எதிர் பார்ப்பனிய இயல்புடையது. அதனால் பெரிதாய் தாக்கமடையாதது என்று கண்டுபிடித்துச் சொன்னதும்தான். ஒரு பெரியாரியராக அவர் இதைச் செய்தார் என்பதைவிடவும் தமிழ்ப் பண்பாட்டு மரபின் இந்த எதிர் பார்ப்பனியப் பண்பே அவருக்கு பெரியார் மீதும், அவர் கொள்கைகள் மீதும் பிடிப்பை உருவாக்கின என்று

நினைக்கிறேன். இந்தியப் பண்பாட்டில் பார்ப்பனிய எதிர்ப்பென்பது பெரியாரின் மிகப் பெரிய, முக்கிய, சரியான கண்டடைதல் என்று தொ.பா தன் ஆய்வுகள் வழியே கண்டு கொண்டார். காலங்காலமாய் இந்திய மரபில் தொடர்ந்து வரும் எதிர் வைதீக சிந்தனைகளுக்கான நவீன நூற்றாண்டு முகமே பெரியார் என்ற புரிதலும் தொ.பவுக்கு இருந்தது.

நான் தனிப்பட்ட முறையில் தொ.பவை மூன்று முறை சந்தித்திருக்கிறேன். இரண்டாயிரங்களின் தொடக்கத்தில் கோவையில் நடந்த ஒரு கூட்டத்துக்கு வந்திருந்தார். அப்போது அவரின் பண்பாட்டு அசைவுகள் காலச்சுவடு பதிப்பகத்தில் வந்திருந்த நேரம். அதனை நூலகத்தில் வாசித்திருந்தேன். எனக்கு பெரும் பரவசத்தையும் திறப்புகளையும் கொடுத்த நூல் என்பதால், ஓடோடிச் சென்று தொ.பவுடன் பேசினேன். பேச்சில் வெளிப்பட்ட தொ.ப எழுத்தில் வெளிப்பட்ட தொ.ப வை விட வலிமையானவராக இருந்தார். இதனை நான் இதற்கு முன்பு கோவை ஞானியிடம் மட்டுமே உணர்ந்திருக்கிறேன்.

சில வருடங்கள் கழித்து மதுரையில் ஒரு நிகழ்வில் சந்தித்துப் பேசிக்கொண்டிருந்தேன். ஒப்பீட்டளவில் இரண்டாவது சந்திப்பு மிகச் சிறியது. அதிகம் பேச இயலவில்லை.

மூன்றாவது சந்திப்பு என் வாழ்வில் முக்கியமான தருணங்களில் ஒன்று. விகடனில் வேலை செய்து கொண்டிருந்த நாட்களில், தடம் இதழுக்காக தொ.ப வை நேர்காணல் ஒன்று செய்யத் திட்டமிட்டோம். நானும் எழுத்தாளர் தமிழ்மகனும் புகைப்படக் கலைஞர் ராஜசேகருடன் சென்று, அவரது பாளையங்கோட்டை இல்லத்தில் சந்தித்தோம். அது ஒரு விரிவான நேர்காணல். தமிழக வரலாறு, இந்திய வரலாறு, தமிழ்ப் பண்பாடு, இந்தியப் பண்பாடு, இந்திய தத்துவங்கள், தமிழின் தத்துவ மெய்யியல் மரபுகள், பழந்தமிழ் இலக்கியங்கள், சமகால இந்திய-தமிழக அரசியல் சூழல் எனப் பல மணி நேரம் உரையாடினோம். மதியம் இரண்டு மணிக்குப் போய் அமர்ந்து இரவு பத்து மணி வரை நிகழ்ந்த அந்தப் பெரிய நேர்காணலின் முக்கியமான பகுதிகள் சிலதை மட்டுமே தடம் இதழில் வெளியிட முடிந்தது.

பிறகு, இரண்டொரு முறை தொலைபேசியில் பேசியிருக்கிறேன். சம்பிரதாயமான பேச்சுக்கள் அவை.

தமிழின் பண்பாட்டு வரலாற்று எழுத்தியலில் தொ.பவுக்கு மிக முக்கியமான இடமுள்ளது. ஒருவகையில் அந்தப் பாதையை வெகுசனப் பார்வைக்கு அகலத் திறந்துவிட்டவரும் அவர்தான். ஆய்வு மாணவர்கள் முதல் இலக்கிய வாசகர்கள், சினிமா பிரபலங்கள் வரை அவரின் வாசகர்களாய் இருப்பதே இதற்குச் சான்று. அஞ்சலிகள் ஐயனே!

இலக்கிய நால்வர்

சமீபத்தில் நான் அதிகம் சிந்தித்துக்கொண்டிருக்கும் பெயர்கள் செர்வாண்டிஸ், மெல்வில், ஜேம்ஸ் ஜாய்ஸ், மார்க் ட்வைன் என்ற நால்வரைத்தான். ஐரோப்பாவின் நவீனத்துவத்தினது வேர்களைத் தேடிப் பயணப்பட்டுக்கொண்டிருக்கும் எனக்குள் சமீபமாய் இந்த நால்வர் விஸ்வரூபமாய் வளர்ந்து நிற்கிறார்கள்.

லத்தீன் அமெரிக்காவின் இலக்கியங்கள் எப்படி உலக அரங்கை எட்டின என்கிற கதையை வாசிக்கப் போய் ஐரோப்பிய நவீனத்துவ மூலவர்களின் தேடலாக இது உருமாறியிருக்கிறது. பதிமூன்றாம் நூற்றாண்டு முதல் உலகம் நவீனமான கதையை ஒரு கரு வளர்வதைப் போல் கவனித்துக்கொண்டிருக்கிறேன். பல விஷயங்கள் மெல்லத் துலங்கிக்கொண்டிருக்கின்றன.

உலக இலக்கிய அரங்கில் ஐரோப்பிய எழுத்தாளர்களின் கொடை என்ன என்பதை வியப்புடன் உணர்ந்து கொண்டிருக்கிறேன்.

மெல்வில்லையும் செர்வாண்டிஸையும் நாம் இன்னமுமேகூட சரியாகப் புரிந்துகொள்ளவில்லை என்று நினைக்கிறேன். செர்வாண்டிஸுக்காவது ஸ்பானிய இலக்கிய உலகில் ஷேக்ஸ்பியருக்கு இணையான மரியாதை உண்டு. உலகின் பிற இலக்கியச் சூழல்களில்தான் பெரிய மரியாதை இல்லை. மெல்வில்லோ சொந்த தேசமான அமெரிக்காவிலேயே ஒரு நூற்றாண்டு கழித்துதான் அடையாளம் காணப்பட்ட ஒரு துரதிர்ஷ்டம் பிடித்த குழந்தையாய் இருக்கிறார். ஃபாக்னர் போன்ற ஒருவர் வந்துதான் அவர் யார் எனச் சொல்ல வேண்டியதாய் இருந்தது. பின்னும்கூட இன்றுவரை பெரிதாய்க் கண்டுகொள்வதில்லை யாரும்.... ஆனால், மெல்வில் லேசுப்பட்ட ஆளில்லை என்பதே என் அனுமானம்.

றொபெர்த்தோ பொலான்யோ ஒரு கட்டுரையில் மெல்வில்லின் மோபிடிக் மற்றும் மார்க் ட்வைனின் ஹக்குள்பெரி ஃபின் இரண்டும்தான் நவீனத்துவத்தின் மூலப் பிரதிகளாய் இருக்க முடியும் என்கிறார். நான் செர்வாண்டிஸின் டான்குவிக்ஸாட்டையும் சேர்த்துக்கொள்வேன். ஜேம்ஸ் ஜாய்ஸ் பிரதிகளின் படைப்புத்தன்மையை வசீகரமாக்கிய நவீனத்துவர் என்ற வகையில் இதில் இணையலாம்.

இலக்கியம் மானுட மையமாய் மாறிய காலத்தின் பிரதிகளை எழுதியவர்கள் அதன் வழியே நவீன கால அறவியல் சிக்கல்களை எழுதியவர்கள், அதற்கென பிரத்யேக காவியயியல் மொழிகளை உருவாக்கியவர்கள் என்ற முறையில் மெல்வில்லும், செர்வாண்டிஸும், ஜாய்ஸும் முக்கியமானவர்கள்.

ஒவ்வொருவர் பற்றியும் தனித் தனியே ஆய்வு நூலே எழுதப்பட வேண்டும். நான் சொல்வது ஆங்கிலத்தில் அல்ல தமிழில்... ஏற்கெனவே ஆங்கிலத்தில் கொட்டிக்கிடக்கும் இவர்களைப் பற்றி சில முக்கியமான நூல்களைத் தமிழாக்கினாலாவது போதும்.

மொழி நுட்பம்

வைரமுத்துவின் நிவார் புயல் கவிதை இணையதளங்களில் கிண்டலடிக்கப்படுகிறது. கவிதை வாசகர்கள், கவிஞர்கள் மட்டுமல்லாமல் பொது வாசகர்களுமே கிண்டலடிக்கிறார்கள்.

ஒரு காலத்தில் இப்படியான சந்தர்ப்பங்களில் வாலியும் வைரமுத்துவும் எழுதும் கவிதைகள் சிலாகிக்கப்படும். இன்று இவை ஏன் பகடி செய்யப்படுகின்றன என்ற கேள்வி கவிதையியலுக்கு முக்கியமானது. மக்களின் ரசனை மாறிவிட்டது என்பது ஓர் எளிமையான பதில். மாறிய ரசனை எப்படி உருப்பெற்றிருக்கிறது, எங்கு நகர்ந்திருக்கிறது என்ற கேள்வியை எழுப்பிக்கொண்டால் நவீன கவிதையின் இன்றைய தேவை என்ன என்பதற்குச் சில சுவாரஸ்யமான பதில்கள் கிடைக்கக் கூடும்.

ஓர் இலக்கிய உரையில் பொதுவாகவே உலக அளவில் மக்களிடம் மொழியியல் தேர்ச்சி அதிகரித்திருக்கிறது என்று சொன்னேன். அதாவது, மொழியைப் பயன்படுத்துவதில் முந்தைய தலைமுறையைவிடவும் தற்போது நுட்பம் அதிகரித்திருக்கிறது. அதனால்தான் எளிய அடுக்கு மொழிகள், சொல் விளையாட்டுகள், மேலோட்டமான பாவனை உணர்ச்சிகளைச் சட்டெனக் கேலி செய்கிறார்கள் என்று சொல்லியிருந்தேன்.

கவிதையில் பெரிய பயிற்சிகள் ஏதும் இல்லாத சாதாரண ஒரு வாசகனே யூகித்துவிடக்கூடிய, எழுத சாத்தியமான மொழி சமத்காரத்தை கவிஞன் எனப்படும் ஒருவன் எழுதிக்காட்டினால் பரிகாசம்தானே எஞ்சும்.

மக்களுக்குக் கவிதை என்றால் என்னவெனத் தெரியாதுதான். கவிஞனுக்குமே அது பெரிதாய்த் தெரியாது. ஆனால், அதன்

உண்மையான சவால்களை எதிர்கொள்ளத் திராணியில்லாமல் சொற்களை வைத்து அக்கப்போர் அடிக்கலாம் என்று நினைத்தால் அசிங்கப்படத்தான் வேண்டும்.

மொழிதான் கவிதையின் கச்சாப்பொருள், அது எல்லோர் நாவிலும் நடனமிடும் வஸ்து என்பதைக் கவிஞன் மறந்துவிடக் கூடாது. அது எப்போதும் வளர்ந்துகொண்டிருக்கிறது என்பதையும் மறந்துவிடக் கூடாது.

மரபுக் கவிதையோ நவீன கவிதையோ எதையும் எழுதுங்கள். கவிதையின் உண்மையான சவால்கள் என்னவெனத் தெரியாமல் எழுத முயலாதீர்கள். ஒரு நுட்பமான வாசகன் அதனை உடனே கண்டுகொள்வான். நுட்பமான வாசகன் இன்று கண்டுபிடிப்பதை, எளிய வாசகன் நாளை கண்டடைவான் அவ்வளவே. வைரமுத்துவுக்கு இதுதான் நிகழ்ந்துள்ளது.

வியனுணர்வு

மிஷிமா போன்ற ஓர் ஆளுமையைப் புரிந்துகொள்ள ஒரு கோணல் தேவை. கலை என்பது விஞ்ஞானம் போலவே உயர் தத்துவதளத்தில் அநாதைமையைக் கோருவது. முன் சென்றோர் இல்லாத பின் தொடர்வார் இல்லாத விரும்பி ஏற்றுக்கொண்ட அநாதரவு அது. மானுட அறிவு எல்லாவற்றையும் கிடைமட்டமாக்கி, வாழ்வின் கனிகளை சகலருக்கும் பராகிக்கச் செய்வது. சில கலை உணர்வுகள் அந்தக் கிடைமட்டப் பரவல் உருவாக்கும் சராசரித்தனங்களில் சலித்து, சாகசம் நிறைந்த மகத்தான சல்லித்தனங்களை, அதில் உருவாகும் பரவசங்களை, வியனுணர்வை நியாயப்படுத்துபவை. மிஷிமா போன்றவர்கள் அந்த ஆபத்தான வழியில் சென்றவர்கள். கலையின் தனிப் பாதையில் நடக்க விரும்பும் நுட்பத்தின் கால்களை மிஷிமாவின் வசீகரக் குரல், ஒடிசியஸை ஈர்க்கும் துர்தேவதைகள் போல் அழைத்து ஈர்க்கும் வசீகரமுடையவை. பாலாவின் இந்தக் கட்டுரை சமீபத்தில் வாசித்த நல்ல கட்டுரைகளில் ஒன்று. பாலாவுக்கும் கனலி நண்பர்களுக்கும் என் அன்பு.

இணைப்பு : *https://kanali.in/about-yukio-mishima/?fbclid=Iw AR03Lh1EKa7tDybBN54qjJjSwOebOh9kKGT_PsbOKjs-dESN2dqSs7z7tYEI*

காம்யூ

இன்று காம்யூவின் பிறந்த நாள். காம்யூவைச் சந்தித்த ஒரே ஒரு தமிழ் எழுத்தாளர் இருக்கிறார். அவர், க.நா.சு. ஓர் எழுத்தாளர் மாநாட்டுக்காக பிரான்ஸ் சென்ற க.நா.சு அங்கு காம்யூவையும் சார்த்தரையும் சந்திக்கிறார். ஏனோ சார்த்தரிடம் க.நா.சு பேசவில்லை. (க.நா.சுவுக்கு தத்துவங்களில் பெரிய ஆர்வம் கிடையாது என்பதும் ஒரு காரணமாய் இருக்கலாம்)

ஆனால் காம்யூவிடம் பேசுகிறார். காம்யூ இவரோடு மிகுந்த ஆர்வத்தோடும் அன்போடும் பேசியதாய்ச் சொல்கிறார். "நீங்கள் என் அன்பு சகோதரர் போன்றவர்" என்றாராம் காம்யூ.

சுந்தர ராமசாமி இதைப் பற்றி தனது க.நா.சு நினைவோடையில் குறிப்பிடுகிறார். "நாமெல்லாம் இங்கிருக்க அண்ணாதுரை மாதிரியானவாள வாயடிக்கிறான்னு சொல்றோம். அவா எல்லாம் அதைவிட பயங்கரமா வாயடிக்கிறா... விடிய விடிய பேசுறாங்க" (சொற்கள் என்னுடையவை) என்றிருக்கிறார்.

எழுத்தைவிடப் பேச்சு தனக்குப் பிடித்தமான விஷயம் என காம்யூவே ஒருமுறை சொல்லியிருக்கிறார். குறிப்பாக, நண்பர்களோடு அளவளாவுதல் காம்யூவுக்கு மிகவும் பிடிக்கும். ஆனால், நெருக்கமாகும் வரை பெரிதாக யாரிடமும் ஒட்டமாட்டார். நெருங்கிவிட்டால் பேசிக்கொண்டே இருப்பார் என்கிறார், காம்யூவும் சார்த்தரும் நூலாசிரியர் ரொனால்டு அரோன்சன். காம்யூவும் சார்த்தரும் பேச ஆரம்பித்தால் நாள் கணக்கில் விவாதங்கள் நீளும் என்கிறார்.

காம்யூவுக்கும் சார்த்தருக்கும் இருந்த ஆரம்ப கால நட்பும் பின்னர் உருவான கருத்தியல் முரண்பாடுகளும் உலகறிந்தவை. இருவருமே பரஸ்பரம் ஒருவரை ஒருவர் பாதித்துக் கொண்டவர்கள். ஒரு தத்துவவாதியாக சார்த்தரும் எழுத்தாளனாக

இளங்கோ கிருஷ்ணன் 127

காம்யூவும் தங்களை வடிவமைத்துக்கொண்ட பின் உருவான நட்பு என்பதால் அன்பைப் போலவே முரண்பாடுகளும் தவிர்க்க இயலாததாகிவிட்டது.

காம்யூவைப் பற்றிச் சொல்ல எவ்வளவோ உண்டு. மாபெரும் தத்துவங்கள் தோல்வியடைந்த காலத்தில் அவ்விடத்தில் கவிதையை வைக்கச் சொன்னான் நீட்ஷே. அபத்தம் ஒன்றே வாழ்வின் தவிர்க்கவியலா பேருணர்வாகிப் போன சமூகத்திடம் அவ்விடத்தில் அன்பை வைக்கச் சொல்கிறார் காம்யூ. அதற்காகவே அவரைக் கொண்டாடலாம். பிறந்த நாள் வாழ்த்துகள் மாஸ்டர்!

சரீரம் ஒரு நகரம்

மலையாளக் கவிஞர் கே.சச்சிதானந்தன் என்னை மிகவும் பாதித்த கவிஞர். நிர்மால்யா மொழி பெயர்த்த 'சரீரம் ஒரு நகரம்' எனும் தொகுப்பின் வழியாகவே அவரை நான் அறிந்தேன். அவரது 'நினைவில் காடுள்ள மிருகம்' என்ற கவிதை இந்த மொழியில் எழுதும் எந்த ஒரு பெருங்கவிஞனின் கவிதைக்கும் இணையான புகழ் பெற்றது.. என் ஆரம்ப காலக் கவிதைகளில் அவரின் தாக்கம் அதிகமாக இருந்தது. இப்போதும் என்னை உற்சாகம் கொள்ள வைக்கும் கவிதைகள் அவருடையவையே...

இந்தியாவில் வாழும் கவிஞர்களில் உச்ச புகழ் பெற்றவர் சச்சிதானந்தன் மட்டுமே... இதுவரை 32 மொழிகளில் அவர் கவிதைகள் மொழிபெயர்க்கப்பட்டுள்ளன. பல சர்வதேச அங்கீகாரங்களை, விருதுகளைப் பெற்றுள்ளார். 2011-இல் நோபல் பரிசுக்காகப் பரிந்துரைக்கப்பட்டார். சாகித்ய அகாடமியின் முன்னாள் செயலாளர். இந்தியன் லிட்ரேச்சர் பத்திரிகை ஆசிரியர் என அவர் அடைந்த கௌரவங்கள் அநேகம்...

மரபின் செறிவும் நவீனத்தின் சொற்பிரயோகமும் மலையாளக் கவிதைகளுக்கே உரிய இசைமையும் நிறைந்த கவிதைகள் சச்சிதானந்தனுடையவை. மலையாளக் கவிதைகள் இன்றும் ஆரிய விருத்தம், திராவிட விருத்தம் எனப் பாட்டுக்கட்டும் மரபில் இருந்து முழுமையாக வெளியேறாதவை... 1960 களில் சச்சிதானந்தன் எழுத வந்தபோது பாட்டுதான் கவிதை என்ற நிலையே இருந்தது. சச்சிதானந்தன் உரையாடல் தன்மை மிகுந்த கவிதைகளை எழுதியதன் மூலம் மலையாளக் கவிதைகளில் நவீனத்துவத்தைத் தொடக்கிவைத்தவர்களில் முக்கியமானவர். வடிவத்தில் மட்டும் அல்லாமல் உள்ளடக்கத்திலும் மலையாள வாழ்வின் நவீனபாடுகளைக் கவிதையாக்கினார். பொதுவாக, தமிழ் தவிர பிற இந்திய

மொழிகளில் தாகூர் சிண்ட்ரோம் சற்று தூக்கலாகவே இருக்கும். (இங்குதான் பாரதி எனும் ராட்சஷன் இருந்தானே) மலையாளக் கவிதைகள் தாகூர் சிண்ட்ரோமிலிருந்து வெளிவரக் காரணமானவர்களில் சச்சிதானந்தன் முக்கியமானவர்... (சச்சிதானந்தனில் உள்ள தாகூர் பாதிப்பு தனி ஆய்வுக்குரியது)

சாகித்ய அகாடமி, சிற்பி மொழிபெயர்த்த சச்சிதானந்தன் கவிதைகளை 'ஆலிலையும் நெற்கதிரும்' என்ற தலைப்பில் வெளியிட்டுள்ளது. இதில் சச்சிதானந்தனின் பல முக்கியமான கவிதைகள் உள்ளன. (மொத்தம் 136 கவிதைகள்) 304 பக்கங்கள்... 250 ரூபாய்... இந்த தொகுப்பில் இருந்து ஒரு கவிதை...

வழியனுப்புதல்

பூமி முழுவதும் பூக்கள்
என் உள்ளங்கைக்குள்
எத்தனை கொள்ளும்
பூமி முழுவதும் நிலவு
ஒரு பெண்ணின் கண்ணுக்குள்
எத்தனை அடங்கும்
பூமி முழுதும் பசுமை
ஓர் ஆண்மகனின் காதலுக்குள்
எத்தனை கொள்ளும்
பூமி முழுதும் சங்கீதம்
ஒரு கிதாரின் நரம்பில்
எத்தனை இடம்பிடிக்கும்
ஒரு கிளியின் இறகில்
எத்தனை காடுகள் அடங்கும்
ஒரு மயில்பீலியில்
எத்தனை ஆகாயம்
ஒரு கைக்குழந்தையின் சிரிப்பில்
எத்தனை விண்மீன்கள்
பூமி முழுவதும் வாழ்க்கை
ஒரு சவப்பெட்டியில்
எத்தனை அடங்கும்

எழுத்துக் கலைஞன்

என் முகநூல் பக்கத்தில் என்னைப் பற்றிய தகவலில் 'எழுத்துக் கலைஞன்' என்று குறிப்பிட்டிருப்பேன். அதைக் கொஞ்சம் ஆழ்ந்து யோசித்தே சூடிக்கொண்டேன். என்னை யாராவது "நீ யார்?" என்றால், சிறிது தயக்கத்தோடு 'எழுத்துக் கலைஞன்' என்றே சொல்வேன்.

நான் கவிதைகள் எழுதுகிறேன்தான். ஆனால், நான் என்னைக் கவிஞன் என்ற தன்னிலைக்குள் மட்டுமே எப்போதும் உணர்ந்ததில்லை. இன்று நேற்றில்லை என் பதினாறு வயது முதலே நான் என்னைக் கவிஞனாய் உணர்ந்ததில்லை.

இது வெறுமனே நான் எழுதுவது கவிதையா என்ற சுய பரிசோதனையோ, பாவனையான தன்னடக்கமோ இல்லை. இது ஒருவகை சுயம் உணர்தல். மிகத் தொடக்கம் தொட்டே கவிஞனுக்குரிய உணர்வுப்பூர்வமான மனநிலையும் அதற்கு நேர் எதிரான தர்க்கப்பூர்வமான மனநிலையும் என்னிடம் இணைந்தே இயங்கிவருகின்றன. இதை இந்நாட்களில் என் நண்பர்களும் வாசகர்களுமேகூட உணர்ந்திருப்பார்கள் என நினைக்கிறேன்.

இந்த மன அமைப்பு ஒரு கவிஞனுக்குரியது அன்று. மேலும், தொடக்கம் முதலே கவிதை போலவே, சிறுகதை, நாவல் வடிவங்களிலும் விமர்சனத்திலுமேகூட ஆர்வம் கொண்டிருந்தேன். இதனால், என்னைக் கவிஞன் என்பதில் எனக்கொரு தயக்கம் எப்போதும் இருக்கிறது. மேலும், போர்ஹெஸ் போல், பொலோனோ போல் கவிதை, சிறுகதை போன்ற வடிவங்களைக் கடந்த, இன்னதென வகை பிரிக்க இயலாத படைப்புகளிலும் ஆர்வம் கொண்டிருக்கிறேன். நுண்கதைகள், நுண் கவிதைகள், உரைநடைக் கவிதைகள் ஆகியனவும் என் படைப்புலகமாய் இருக்கின்றன.

இளங்கோ கிருஷ்ணன்

கிட்டதட்ட எழுத்தால் எழுதப்படும் எல்லாவகைக் கலை வடிவங்களிலும், அதைக் கடந்தும் இயங்குவது என் படைப்புச் செயல்பாடு என்பதால்தான் என்னை எழுத்துக் கலைஞன் என்று விளித்துக்கொள்ளப் பிரியப்படுகிறேன்.

ஒரு கலைஞன் தன்னை என்னவாய் உணர்கிறான் என்பது முக்கியம். அதை ஒட்டியே அவனை அடையாளப்படுத்த வேண்டும் என்று நினைக்கிறேன். போர்ஹெஸ் தன்னை ஓர் எழுத்தாளன் என்று அழைப்பதை விரும்பவேயில்லை. நான் ஒரு நல்ல வாசகன் என்றே திரும்பத் திரும்ப மிகுந்த பிரக்ஞையோடு குறிப்பிடுகிறார். தேவதச்சன் ஒரு நண்பரிடம் தன்னைக் கவிஞனாக உணர்ந்ததில்லை என்றும், இடையறாத தன் சிந்தனைகளின் சில பக்கங்களைக் கவிதைகளாக்க முயல்வதாகவும் சொன்னாராம்.

பெசோவா 81 பெயர்களில் (அவை புனைப் பெயர்கள் அல்ல; ஆளுமைப் பெயர்கள்) எழுதியவர். தன்னை ஒரு சாதாரண குமாஸ்தா என்றே சொல்லிக்கொண்டார். நிச்சயமாக இதை தன்னடகம் என்றெல்லாம் புரிந்துகொள்ள வேண்டியதில்லை. கலைஞர்களுக்கு அந்த பாவனைகள் என்றுமே கிடையாது. மாறாக, அகங்காரம் வேண்டுமானால் பல தருணங்களில் வெளிப்பட்டிருக்கிறது. இது ஒருவகை அடையாளம் உணர்தல்.

உலகம் முழுதும் பல கலைஞர்கள் இப்படித் தங்கள் அடையாளங்களை உணர்ந்திருக்கிறார்கள். அடையாளம் ஏற்பைப் போலவே, அடையாள மறுப்பும் கலைஞர்களின் சுதந்திரம். சமூகம் கொஞ்சம் பரிசீலிக்க வேண்டும்.

புலமைப்பித்தன்

புலமைப்பித்தனின் மரபுக் கவிதைகள் அபாரமானவை. மரபுக் கவிதைகளில் ஊளைச்சதை இல்லாமல் எழுதுவது கடினம். மரபின் பாவகை மீறாமல் வர வேண்டும் என்பதற்காகவும் இசைமைக்காகவும் புலவர்கள் ஒரு வரிக்கும் இன்னொரு வரிக்கும் இடையே ஒரு தொடர்புச் சொல்லைப் போட்டு எழுதுவார்கள். அது செய்யுள் என்ற வகையில் அப்பாடலை அணி செய்தாலும் கவிதைக்கு அது தேவைப்படாது. கவித்துவத்தில் அது ஊளைச்சதைதான். புலமைப்பித்தன் அப்படியான உபரிச் சொற்களைப் பயன்படுத்தாமல் அதிக மரபுக் கவிதைகள் எழுதியவர்களில் ஒருவர். மிகக் குறைவான இடங்களிலேயே அவர் கவிதைகளில் இந்த உபரிச் சொற்களைக் காண முடியும். மரபுக் கவிதையை எழுத்தெண்ணிப் படிக்காமல் இந்தச் சொல்வளம் அமையப்பெறாது. புலமைப்பித்தன் பாடலில் கவனம் செலுத்திய அளவுக்கு கவிதையில் கவனம் செலுத்தவில்லை என்பது கவிதை மாணவனாக எனது வருத்தங்களில் ஒன்று. அதைக் கொஞ்சம் கவனித்துச் செய்திருந்தால் அவருக்கு இருந்த பார்வைக்கும் அதன் நுட்பத்துக்கும் கவிதைகளிலும் இன்னமும் பெரிய உச்சங்களைத் தொட்டிருப்பார்.

கலையும் வெகுசனமாக்கமும்

புலமைப்பித்தனுக்கு அஞ்சலி செலுத்தும் விதமாய் நானிட்ட பதிவுகளுக்கு மீண்டும் என் நவீன இலக்கிய கற்பை நிரூபிக்க வேண்டிய அவசியம் நேர்ந்துள்ளது. உண்மையில் எனக்கு இந்தக் கற்பு விவகாரங்களில் எப்போதுமே நம்பிக்கையும் இல்லை. ஆர்வமும் இல்லை.

நான் இது குறித்து முன்பும் விரிவாகவே சொல்லியிருக்கிறேன். எனக்கு வெகுசன கலையையும் அதன் அழகியலையும் தீவிர நவீன இலக்கியக் கலை அழகியல்களுக்கு எதிரானதாக நிறுவும் போக்கில் என்றுமே உடன்பாடில்லை.

நிச்சயம் இரண்டும் வேறு வேறானது என்பதை அறிவேன். அலைகடலின் ஆர்ப்பாட்டமும் விகசமும் கொண்டது வெகுசன கலை வடிவம் என்றால் ஆழ்கடலின் ஆழமும் அடர்த்தியும் கூடியவை நவீன இலக்கியங்கள். கடல் ஒன்றுதான். அலையோடு விளையாடுவதும் ஆழ்கடலில் முத்தெடுப்பதும் அவரவர் தெரிவு. ஆனால் இரண்டும் வேறு வேறு, நீரும் நெருப்பும் போல என மிகத் தொடக்கம் முதலே நான் நம்பியிருக்கவில்லை.

வாழ்க்கை ஒன்றாய் இருக்கும்போது அதன் வியாக்கியானங்களான கலையும் அறிவியலும் தம்முள் எத்தனை சிதறிக் கிடந்தாலும் அதன் உள்ளார்ந்த பண்பில் ஒன்றுதான்.

வெகுசன கலை கீழ்மையானது. நவீன இலக்கியமும் அதன் அழகியலும் மாபெரும் விழுமியங்களால் ஆனது என்று நம்புவது போல் ஒரு குழந்தைத்தனம் வேறில்லை. இரண்டின் நிறைகளையும் அறிய முடிந்தவன் என்ற முறையில் இம்மனநிலையை ஒருவகை முதிர்ச்சியின்மை என்றே சொல்வேன்.

புதுமைப்பித்தனும் ஜெயகாந்தனும் சினிமாவுக்குள் செல்ல வேண்டும் என்று விரும்பியது வெறும் பணத்துக்காகவும் புகழுக்காகவும் அல்ல. அவர்களுக்கு அதன் சாத்தியமும் வீச்சும் அங்கு நிகழ்த்த வாய்ப்புள்ள கலைச் சாத்தியங்களும் புரிந்திருந்தன. அதனால் சென்றார்கள். ஆனால், ஜெயகாந்தனே சொல்வது போல் உலக சினிமா வேறு, சினிமா உலகம் வேறு. அங்குள்ள வணிகம் அதன் கலைத் தேவையைவிடப் பெரிது என்பதால் அங்கு அவர்களுக்குச் செய்ய வாய்த்ததும் குறைவாகவே அமைந்தது.

வெகுசனவாதத்தை அறிவியக்கத்துக்கு எதிராக நிறுத்தி உரையாடுவதும் அறிவியக்கத்தை ரொமாண்டிசைஸ் செய்வதும் விபரீதமானது. இதன் பொருள் வெகுசன வெள்ளத்தில் கரைந்துபோவதும் அல்ல.

ஓர் அறிவியக்கத்துக்கு வெகுசனவாதம் மற்றும் வெகுசனக் கலையியல் மீது எப்படியான உணர்விருக்கிறது. அதனை எப்படி பிரக்ஞைப்பூர்வமாக எதிர்கொள்கிறது என்பதில் அந்த சமூகத்தின் கூட்டுநனவிலிக்கு ஒரு பங்குள்ளது. நம் சமூகம் பல்வேறு துண்டுகளாய் உடைவுண்ட பொது நீதிகளால் ஆனது. இப்படி வேறு வேறு நோக்குகளாலான பன்முக இலக்கியப் பெருந்திரட்டுகள் உள்ள நிலத்தில் வெகுசன இலக்கியத்துக்கும் தீவிர இலக்கியத்துக்குமான முரண்கள் மிகக் கூராகவே இருக்கும். ஆனால், இதனை ஒருவர் கவனமாகப் பரிசீலிக்காவிடில் இந்த இரண்டுக்குமான அடிப்படையான தத்துவ முரண்களில் அல்லாது அரசியல் முரண்களில் சிக்கிக்கொள்ள நேரும்.

எளிமையாய் இப்படிக் கேட்கிறேன். ‘சங்கத்தில் பாடாத கவிதை அங்கத்தில் யார் தந்தது’ என்றொரு பாட்டு. இந்தப் பாட்டுக்கு இசையமைத்தவரின் வெகுசனக் கலை நாம் கொண்டாட வேண்டியது. ஆனால், இந்த வரிகளை எழுதியவரின் வெகுசனக் கலைச் செயல்பாட்டை நையப் புடைக்க வேண்டும் என்று ஒருவர் கருதினால், கருத்தியலாக அவர் எதை தவறவிடுகிறார்? இப்போது முந்தைய பத்தியை வாசியுங்கள் நான் சொல்ல வருவது புரியும்.

சார்வாகன்

இன்று எழுத்தாளர் சார்வாகன் பிறந்த நாள் என்று கண்டேன். சார்வாகன் தமிழில் அதிகம் பேசப்படாத எழுத்தாளர். அதைவிட இந்தியா கொண்டாடத் தவறிய மருத்துவ ஆளுமை.

சுமார் பதினைந்து வருடங்களுக்கு முன்பு நாஞ்சில் நாடன்தான் எனக்கு இவரைப் பற்றிக் கூறினார். அப்போது இவர் நூல்கள் ஏதும் அச்சில் இருந்திருக்கவில்லை. இவரும் தமிழகத்தில் இருக்கவில்லை.

சார்வாகன் பற்றி இன்று மொழிபெயர்ப்பாளர் ஜி.குப்புசாமி ஓர் அழகான பதிவை எழுதியிருக்கிறார். அதைப் படித்தால் சார்வாகன் மருத்துவத் துறையில் எவ்வளவு பெரிய ஆளுமை என்பது புலப்படும்.

மருத்துவர்கள் தமிழில் எழுத்தாளர்களாக இருப்பது மிக அரிது. அதிலும் சார்வாகன் போல நுட்பமான எழுத்தாளராக இருப்பது அதினினும் அரிது.

அவர் எவ்வளவு நுட்பமானவர் என்பதற்கு அவர் தமிழில் எழுதுவதற்கு தேர்ந்தெடுத்துக்கொண்ட அவரது பெயரே உதாரணம். சார்வாகன் என்ற பெயர் அவ்வளவு முக்கியமானது.

இந்தியச் சிந்தனை மரபில் புகழ்பெற்ற பொருள்முதல்வாத சிந்தனைகளில் ஒன்று சார்வாகம். இதனை லோகாய்தம் என்றும் சொல்வார்கள். தமிழில் இதனை சாவகம் என்பார்கள். பத்தாம் நூற்றாண்டு வரை சமணம் எனப்படும் முக்கட்டு சமயங்களில் ஒன்றாய் இருந்தது. (அருகம் எனப்படும் ஜைனமும் ஆசிவகமும் மற்றவை)

சாவகம் அல்லது சார்வாகம் இந்தியாவில் மருத்துவத்துறையோடு இணைந்து வளர்ந்த சிந்தனை.

காலங்காலமாகவே இந்திய சிந்தனை மரபில் முக்கியமான சாவக சிந்தனையாளர்கள் பெரும்பாலும் மருத்துவத்தைத் தொழிலாகக் கொண்டவர்கள். அதுபோலவே பழங்கால இந்தியாவின் குறிப்பிடத்தக்க பாரம்பரிய மருத்துவர்களில் பெரும்பகுதியினர் சார்வாகிகள். இந்தப் புள்ளியில் இருந்துகொண்டு யோசித்தால் டாக்டர் ஹரி சீனிவாசன் ஏன் இலக்கியத்தில் சார்வாகன் என்ற வடிவெடுத்தார் எனப் புலப்படும். நாற்பது சிறுகதைகள் மூன்று குறுநாவல்கள் என அளவாகவே எழுதியிருப்பவர். இவரது படைப்புகள் நற்றிணை பதிப்பகத்தில் தொகுப்பாய் வந்திருக்கின்றன.

சார்வாகன் சிறுகதைகளில் கொஞ்சம் செக்காவ் பாணி இருக்கும். செக்காவ் இவர் ஆதர்சமாய் இருந்திருக்கக்கூடும். செக்காவும் ஒரு மருத்துவர் என்பது இவ்விடத்தில் குறிப்பிடத்தக்கது.

இளங்கோ கிருஷ்ணன்

மேற்கின் தத்துவங்கள்

நீட்ஷேவின் 'Beyond Good and Evil' வாசிக்கத் தொடங்கியுள்ளேன். இந்த நூலில் இருந்து தத்துவத்தை பயிலத் தொடங்குவது எனக்கு சௌகர்யமாக உள்ளதென நினைக்கிறேன். நான் கருதுவது சரியா? அல்லது தத்துவ வாசிப்பை நான் வேறு யாரிடமிருந்தாவது தொடங்க வேண்டுமா?

★

நீட்ஷேவிலிருந்து மேற்கின் தத்துவத்தைப் புரிய முயல்வது சரியான பாதை என்று நான் சொல்ல மாட்டேன். ஏனெனில் நீட்ஷே ஒருவகையில் பாரம்பரிய மேற்கின் தத்துவத்தை விமர்சிப்பவர். பின் நவீனத்துவ சிந்தனையாளர்கள் பலருக்கு அவர் ஆதர்சமாய் இருக்க அதுவும் ஒரு காரணம். நீட்ஷேவின் கவித்துவமான தத்துவக் குறியீடுகள் புரிய வேண்டுமானால் பிளேட்டோ முதல் தெகார்த்தே வரை ஒரு சிறிய அறிமுகம் இருந்தால் மிகவும் உதவிகரமாக இருக்கும்.

ஆனால் எங்கிருந்தாவது தொடங்கத்தான் வேண்டும் என்ற வகையில் உங்கள் முயற்சியை நான் தடை செய்ய விரும்பவில்லை, எனவே தொடங்குங்கள். தமிழில் கவிஞர் குவளைக் கண்ணன் மொழி பெயர்ப்பில் 'ஜரதுஷ்ட்ரா இவ்வாறு கூறினான்' (Thus spake of Zarathustra) நூலின் மொழி பெயர்ப்பு வெளிவந்துள்ளது. முக்கியமான நூல் அது.

நீட்ஷே குறித்த அறிமுக நூல்களும் சில தமிழில் உள்ளன. நீட்ஷே குறித்தும் சில மேற்கின் தத்துவங்கள், தத்துவ அறிஞர்கள் குறித்தும் பேராசிரியர் இரா. முரளி Socrates Studio என்ற YouTube சேனல் மூலம் பேசிக்கொண்டிருக்கும் வீடியோக்கள் குறிப்பிடத்தக்கவை. தமிழில் மேற்கின்

தத்துவங்களை அறிமுகப்படுத்தும் நல்ல முயற்சி. இவை தொடக்க நிலையாளர்களுக்குப் பயன்படக்கூடும்.

Will Durant எழுதிய 'The story of philosophy' மேற்கின் தத்துவங்களைக் கற்கத் தொடங்க ஒரு நல்ல நூல்.

'சோபியின் உலகம்' யொன்ஸ்டைன் கார்ட்டர், தமிழில் ஆர். சிவக்குமார் இதுவும் முக்கியமான நூல். மேற்கின் தத்துவத்தை நாவல் வடிவில் எழுதியிருப்பார். குழந்தைகள்கூட படிக்கலாம். வாய்ப்பிருந்தால் உங்கள் மகளுக்கும் அதைப் பரிசளியுங்கள். தமிழ் அவருக்குத் தோது இல்லை எனில் ஆங்கிலத்தில் வாங்கிக் கொடுங்கள்.

ஆங்கிலத்தில் காமிக்ஸ் வடிவிலான தத்துவ நூல்கள்கூட நிறைய உள்ளன. குழந்தைகளிடம் தத்துவங்களை கொண்டு சேர்க்க அது மிக நல்ல வழி. தமிழில் அப்படியான முயற்சிகள் இப்போதுதான் தொடங்கியுள்ளன.

நெரூதா எனும் தமிழ்க் கவி

தமிழில் நெரூதா போல் ரொமாண்டிசைஸ் செய்யப்பட்ட அயல் நாட்டுக் கவிஞர் இன்னொருவர் இருப்பாரா என்று தெரியவில்லை. உண்மையில் எனக்கு நெரூதா பிடிக்கும் என்றாலும் இங்கு சிலருக்கு இருப்பது போல் அவர் மீது வழிபாட்டு உணர்வெல்லாம் எப்போதும் இருந்ததில்லை. சொல்லப்போனால் இன்றைய பின் நவீன லத்தீன் அமெரிக்க வாசிப்பு நெரூதா மேல் கடும் விமர்சனங்களை வைத்துக்கொண்டிருக்கும் காலம் இது. நெரூதா மிகச் சிறந்த கவிஞர், அதில் சந்தேகம் இல்லை. ஆனால் விமர்சனத்துக்கு அப்பாற்பட்டவர் என்பதைப் போன்ற மனோபாவம் இங்குள்ள இடதுசாரிகளிடம் இருக்கிறது. ரொபர்த்தோ பொலான்யோ போன்ற நவீன லத்தீன் அமெரிக்க எழுத்தாளர்கள் மார்க்வெஸ், நெரூதா போன்றவர்கள் மீது கடும் விமர்சனங்களை வைக்கிறார்கள். "அரசமையவாதத்துக்கும் வெகுசனவாதத்துக்கும் லத்தீன் அமெரிக்க இலக்கியத்தையும் அறிவியக்கத்தையும் கூட்டிக் கொடுத்தவர்கள்" என்று மிகக் கடுமையாகவே சாடுகிறார் பொலான்யோ. மதிப்பீடுகள் மாறி வரும் காலம் இது. அயல்நாட்டுப் படைப்பாளிகள் பற்றி இங்கு இருந்துகொண்டு நாம் எதையும் ரொமாண்டிசைஸ் செய்யாமல் இருப்பதுதான் நல்லது என்று தோன்றுகிறது.

தென் இந்தியக் குலங்களும் குடிகளும் - எட்கர் தர்ஸ்டன், தமிழில்: க.ரத்தினம்.

அடிப்படையில் இது ஓர் துறை நூல், அதாவது துறை சார்ந்த நூல். பொதுவாக துறை நூல்கள் அந்தந்தத் துறை சார்ந்த வல்லுநர்கள் மற்றும் ஆர்வலர்களுக்கே தேவைப்படுபவை. வெகுசில துறை நூல்களே அந்தத் துறைக்கு

வெளியேயும் பயன்பாடும் தாக்கமும் உடையனவாக இருக்கும். அப்படியான நூல்கள் பெரும்பாலும் அந்தத் துறையின் ஆரம்ப நூல்களில் ஒன்றாகவும் அந்தத் துறைக்கான அடிப்படைகளை உருவாக்கிய நூல்களில் ஒன்றாகவும் இருக்கும். எட்கர் தர்ஸ்டனின் இந்நூலும் அப்படியானதொரு தனித்துவமான நூலாகும். இன்றும் இந்தியாவில் மானுடவியல், சமூகவியல் ஆய்வுகளுக்குப் பயன்படுத்தப்படும் முக்கியமான தரவாக இந்நூல் உள்ளது. இருபதாம் நூற்றாண்டின் முற்பகுதியில் எழுதப்பட்ட இந்நூலில் குறிப்பிடப்பட்டிருக்கும் கருத்துகள் நூற்றாண்டுகள் கடந்த பிறகும் இன்றும் பேரளவு மாற்றமில்லாமல் இருப்பதைக் கொண்டே இது எவ்வளவு முக்கியமான ஆய்வு நூல் என்பதை அறியலாம்.

எட்கர் தர்ஸ்டன் சென்னை அருங்காட்சியகத்தை உருவாக்கி அதன் பொறுப்பாளராகப் பணியாற்றியவர். (அருங்காட்சியக நுழைவாயிலின் உட்புறம் இவர் படம் இன்றும் உள்ளது) தென் இந்தியாவில் உள்ள சாதிகள், பழங்குடிகள் மற்றும் இனக்குழுக்கள் பற்றிய முழுமையான ஆய்வொன்றை செய்யும் பணி ஆங்கிலேய அரசால் இவருக்கு வழங்கப்பட்டது. மானுடவியலில் ஆர்வமுடைய தர்ஸ்டன் அத்துறை அவ்வளவாக வளர்ந்திராத அக்காலத்திலேயே திரு.ரங்காச்சாரி அவர்களுடன் இணைந்து மிகச் சிறப்பான ஆய்வொன்றைச் செய்து தென் இந்தியா முழுவதிலும் வசிக்கும் 3000க்கும் மேற்பட்ட சாதிகள் மற்றும் பழங்குடிகள் ஆகியோரைப் பற்றியும் அவர்களுக்கு இடையிலான சமூக - பொருளாதார உறவுகள் பற்றியும் பெருந் தொகுப்பு நூல் ஒன்றை ஏழு தொகுதிகளாக வெளியிட்டார்.

எட்கர் தர்ஸ்டனின் இந்நூல் 1900ங்களின் துவக்கத்தில் தென் இந்தியாவில் இருந்த சாதியக் கட்டுமானங்களையும் அவற்றிற்கு இடையிலான சமூக உறவுகள் குறித்தும், நூலாக்கம் பெற்ற காலத்தில் ஒவ்வொரு சாதிக்கும் இருந்த சமூக அந்தஸ்து குறித்தும் பேசுகிறது. இந்நூலில் உள்ள செய்திகள் கொண்டே இந்தியாவின் சாதிகளுக்கு இடையிலான மேல் கீழ் கட்டுமானமும் சமூக அந்தஸ்தும் எல்லாக் காலத்திலும் இவ்வாறுதான் இருந்தது என நாம் புரிந்து கொள்ள

வேண்டியதில்லை. கோசம்பி போன்ற ஆய்வாளர்கள் இந்திய நிலம் எண்ணற்ற இனக்குழுக்களின் வசிப்பிடமாக இருந்து பின்னர் வர்ணத் தொகுப்பின் வழியாகச் சாதிய அடையாளம் பூண்டவை என்கிறார்கள். அதிகாரத்திற்கான போட்டியில் வெல்லும் தோற்கும் ஒவ்வொரு இனக்குழுவும்/சாதியும் அதன் வெற்றி தோல்விக்கேற்ப சமூகத்தில் மேலும் கீழுமான இடத்திற்கு நகர்ந்து கொண்டேயிருந்தனர் என்பதே சாதிகள் பற்றிய இன்றைய புரிதலாய் இருக்கிறது. எட்கர் தர்ஸ்டனின் இந்நூல் எழுதப்பட்ட காலமான 20-ஆம் நூற்றாண்டின் துவக்ககாலம் பற்றிய சித்திரத்தை மட்டுமே தருகிறது என்பதை மீண்டும் அழுத்தமாக இங்கே சொல்லிக் கொள்கிறேன்.

இந்நூலை மொழியாக்கம் செய்த க.ரத்தினம் அவர்கள் கோவைக்காரர். தன்னலமற்ற தமது கடும் உழைப்பின் வழியாக இந்நூலை 7 பெரும் தொகுதிகளாக மொழி பெயர்த்து உள்ளார். தமிழகப் பறவைகள் குறித்து இவர் தொகுத்த நூல் ஒன்றும் மிக முக்கியமானது. தமிழின் மானுடவியல் ஆய்வுத் துறைக்கும் தமிழக அரசியல், சமூக, பண்பாட்டு களச் செயல்பாட்டாளார்களுக்கும் மிகவும் பயனுடைய நூல் இது.

வளர்முக நாடுகளில் பாப்புலிசம்

– வி.ஹோரெஸ் (முன்னேற்றப் பதிப்பகம்)

இடது சாரிகளால் அதிகம் கண்டு கொள்ளப்படாத முக்கியமான இடது சாரி நூல்களில் இதுவும் ஒன்று. பாப்புலிசம் என்பதை வெகுமக்களியம் என்று தோராயமாக மொழி பெயர்க்கலாம். அதாவது ஒரு குறிப்பிட்ட வரலாற்று தருணத்தில் தோன்றும் ஒரு சமூக நெருக்கடியை எதிர் கொள்ள வெகுமக்கள் தங்களுக்குத் தாங்களே ஏற்படுத்திக் கொள்ளும் சமூக அமைப்புகளை பாப்புலிசம் என்று சொல்லலாம். பாப்புலிசம் உடனடியாகப் பரவக் கூடியது. ஆழமான தத்துவப் பின்புலங்களோ வரலாறு மற்றும் சமூக அசைவியக்கங்கள் குறித்த இயங்கியல் புரிதல்களோ இல்லாதது.

முதலாளித்துவம் முழு வீச்சில் செயல்படாத தேசங்கள், நிலப்பிரபுத்துவம் உதிராத தேசங்கள், நிலப்பிரபுத்துவம் போதுமான அளவு வளர்ந்து தன்னியல்பாக முதலாளித்துவம் வராமல் காலனிய உறவுகளால் முதலாளித்துவம் அறிமுகப் படுத்தப்பட்ட தேசங்கள் போன்றவற்றில் பாப்புலிச இயக்கங்கள் தோன்றும் என்று இந்நூல் கூறுகிறது.

இந்தியாவில் சமீபத்தில் தோன்றிய பாப்புலிச இயக்கம் என்று ஆம் ஆத்மி கட்சியினரைக் குறிப்பிடலாம். காந்தியம், திராவிட இயக்கங்கள், அம்பேத்காரிய இயக்கங்கள், ஹிந்துத்துவா மற்றும் இஸ்லாமிய இயக்கங்கள் போன்றவற்றை இடது சாரி சிந்தனை முறையின் தத்துவார்த்தச் சொற்களின்படி பாப்புலிச அமைப்புகள் என்றே சொல்ல முடியும். அடையாள அரசியல் என்றோர் சொல்லை நவ மார்க்சியர்கள் பயன் படுத்துகின்றனர். அல்தூசரிய, கிராம்சிய உரையாடல்கள் வழி பாப்புலிசத்தையும் அடையாள அரசியல் செயல்பாடுகளையும் இன்று புதிய வெளிச்சத்தில் பார்க்க வேண்டிய தேவை ஒன்று உள்ளது. நம்முடைய சம காலச் சிக்கல்களைப் புரிந்து கொள்ள பாப்புலிசம் என்ற கோட்பாட்டில் சில சாத்தியங்கள் உண்டு. மேலும், சென்ற நூற்றாண்டு சிந்தனை முறையான பாப்புலிசம் என்பதை இந்நூற்றாண்டுக்குத் தகுந்தாற் போல வளர்தெடுக்க வேண்டிய தேவையும் உள்ளது.

இந்திய தத்துவம் ஓர் அறிமுகம்

– தேவி பிரசாத் சட்டோபாத்யாயா, தமிழில்: வெ.கிருஷ்ணமூர்த்தி,
படைப்பாளிகள் பதிப்பகம், விலை ரூ.160/-

தேவி பிரசாத் சட்டோபாத்யாயா இந்தியாவில் தோன்றிய சிந்தனையாளர்களில் குறிப்பிடத்தக்கவர். மார்க்சிய இயங்கியல் அடிப்படையில் இந்தியவியல் ஆய்வுகளுக்கு இவர் செய்த பங்களிப்புகள் மிகச் சிறப்பானவை. குறிப்பாக இந்தியச் சிந்தனை மரபு மற்றும் இந்தியத் தத்துவத் துறைக்கு இவர் செய்த பங்களிப்பு இன்றும் முதன்மையானதும் முன்னோடியானதும் ஆகும். இந்திய நாத்திகம், இந்தியத் தத்துவத்தில் அழிந்தவையும் நிலைத்திருப்பவையும், லோகாயதம் போன்றவை இவர் எழுதிய பிற புகழ் பெற்ற நூல்களாகும்.

இந்தியத் தத்துவம் ஓர் அறிமுகம் எனும் இந்நூலில் இந்தியாவின் புகழ் பெற்ற தத்துவங்கள் மற்றும் சிந்தனை முறைகள் போன்றவைகள் குறித்த நல்லதொரு அறிமுகத்தை இவர் வழங்கியுள்ளார். வேத மரபுகள், வேதம் சார்ந்த தரிசனங்கள் பற்றி மட்டுமல்லாது. அவைதீக மரபுகளான சாங்கியம், யோகம், நியாயம், வைஷேசிகம் போன்ற சிந்தனை முறைகள் குறித்தும் சிறப்பானதொரு அறிமுகம் இதில் உள்ளது. மேலும் வைதீக மற்றும் அவைதீக மரபுகள் எவ்வாறு ஒன்றோடு ஒன்று உரையாடி முரண் இயங்கியல் வழியாகத் தத்தம் மரபுகளை வளப்படுத்திக் கொள்கின்றன என்பதையும் சுட்டிக் காட்டுகிறார். பௌத்தம் சமணம் போன்ற மதங்கள் குறித்தும் லோகாயதம் குறித்தும் எளிய அறிமுகங்கள் இதில் உண்டு. சுருக்கமாகச் சொல்வதெனின் இந்தியத் தத்துவ மரபை அறிய விரும்புபவர்களுக்கு இது ஒரு பயன் மிக்க எளிய நூல்.

இந்நூலைத் தமிழாக்கிய வெ.கிருஷ்ண மூர்த்தி ஒரு சிறந்த மார்க்சிய ஆய்வறிஞர். நா.வானமாமலை அவர்களின் நெருக்கமான மாணவரான இவர் சோழர் கால உற்பத்தி முறை, சோழர் கால வேத கலை, அல்தூசரின் சித்தாந்தம் போன்ற குறிப்பிடத்தக்க நூல்களை எழுதியிருக்கிறார்.

சோப்பியின் உலகம்

– யொஸ்டைன் கார்ட்டர், தமிழில்: ஆர்.சிவக்குமார்,
காலச்சுவடு பதிப்பகம், விலை ரூ.500.

உலகெங்கும் 80க்கும் அதிகமான மொழிகளில் மொழி பெயர்க்கப்பட்டு சுமார் 30 மில்லியன் பிரதிகளுக்கு மேல் விற்பனையாகி இருக்கும் இந்நாவல் 1994-இல் நார்வேஜிய மொழியில் வெளியிடப்பட்டது.

வகைமையில் பார்த்தால் இது ஒரு நாவல், ஆனால் இதைப் படித்து முடிக்கும்போது ஒட்டு மொத்த ஐரோப்பியத் தத்துவ வரலாற்றைப் பற்றிய ஒரு முழுமையான எளிய சித்திரம் நமக்கு கிடைத்திருக்கும்.

நார்வேயில் வசித்து வரும் சோப்பி என்றொரு சிறுமிக்கு வினோதமான இரண்டு கடிதங்கள் முன் பின் தெரியாத ஒருவரால் அனுப்பப்படுகிறது. அக்கடிதங்களில் கேட்கப்பட்டிருக்கும் கேள்விகளால் சுவாரஸ்யம் அடையும் அவள் அதற்குப் பதில் தேட முற்படுகிறாள். தொடர்ந்து தினமும் அவளுக்கு வரும் அனாமதேயக் கடிதங்களின் வழியாக ஐரோப்பியத் தத்துவ வரலாறு சுவாரஸ்யமான எளிய மொழியில் சொல்லப்படுகிற்து. ஒரு சிறுமிக்குச் சொல்லப்படும் எளிய மொழியில் இருப்பதாலும் கதை வடிவில் இருப்பதாலும் ஒரு தத்துவ நூலைப் படிக்கிறோம் என்கிற உணர்வே நமக்கு ஏற்படுவதில்லை. சாக்ரடீஸுக்கு முந்தைய சிந்தனையாளர்களில் துவங்கி தற்காலப் பின் நவீன சிந்தனையாளர்கள் வரை பேசப்பட்டிருக்கிறது இந்நாவலில். மேலைத் தத்துவத்தைக் கற்றுக் கொள்ள விரும்புவர்களுக்கு இது ஒரு மிகச் சிறந்த கையேடு. மேலும் இந்த நாவலில் சிறு சிறு அழகான விஷயங்கள் ரசனையோடு செய்யப்பட்டு இருக்கின்றன. (உதாரணமாக இந்நாவலின் தலைப்பைப் பாருங்கள். பிலாசபி என்ற சொல்லில் வரும் சோப்பி என்ற சொல்லிற்கு அறிவு

என்று பொருள். அந்த வேர்ச் சொல்லில் இருந்து நாயகிக்கும் நாவலுக்கும் பெயர் இடப்பட்டுள்ளது).

பொதுவாக இது போன்ற நூல்களை இரண்டு அல்லது மூன்று முறை வாசிப்பது நல்லது. முதல் வாசிப்பைக் கொஞ்சம் மெதுவாக நாள் ஒன்றுக்கு ஒரு அத்தியாயம் என்று படிக்கலாம். படித்ததை நினைவில் வைத்திருக்க யாராவது நண்பர்களிடம் சொல்லலாம் அல்லது எழுதிப் பார்க்கலாம்.

இயங்கியல் பொருள் முதல்வாதம் என்றால் என்ன? - ராதுகா பதிப்பகம், நியூ செஞ்சுரி புத்தக நிலையம். விலை தெரியவில்லை அதிகபட்சம் 50/- இருக்கக்கூடும். பக்கங்கள் சுமார் 250 இருக்கும்.

இது ஏதோ தத்துவ நூல், நமக்குச் சம்பந்தம் இல்லாதது என நினைக்க வேண்டாம். மார்க்சியம் உலகிற்குத் தந்த மாபெரும் கொடை அதன் சமூக ஆய்வு முறைமைதான். இதுவரையிலான சமூக வரலாற்று ஆய்வு முறைமைகளிலேயே மேலதிக விஞ்ஞானத்தன்மை கொண்டது மார்க்சிய ஆய்வு முறைதான். இடதுசாரியோ வலதுசாரியோ... மார்க்சியம் கூறும் தீர்வுகளில் நம்பிக்கை அற்றவர்கள் கூட இதன் இயங்கியல் அணுகு முறையைத் தவறு என மறுப்பதில்லை. உலகெங்கும் சிந்திக்கும்பழக்கம் உள்ள ஒவ்வொருவரையும் மிகவும் பாதித்த சிந்தனை முறை இயங்கியல் வாதம் ஆகும். இன்றும் உலகெங்கும் உள்ள தலைசிறந்த சிந்தனையாளர்களில் பெரும்பாலானவர்கள் இயங்கியல்வாதத்தின் அடிப்படையில் சிந்திக்கும் பழக்கம் உடையவர்களே என்று கூடச் சொல்லலாம். மிகச் சில புத்தகங்கள்தான் நாம் சிந்திக்கும் முறையையே மாற்றும் வலிமை உடையவையாக இருக்கும். ராதுகா பதிப்பகத்தின் இந்த நூல் அந்த வகையைச் சேர்ந்தது. புதிய வாசகர்களுக்கு நடை கொஞ்சம் கடினமாகத்தான் இருக்கும். ஆனால் ஆர்வத்தோடு வாசித்து முடிக்கும் போது ஒரு மிகச் சிறந்த சிந்தனை முறையை நாம் கற்று இருப்போம்.

மாயன் : ஹூலியோ கொர்த்தஸார்

– எஸ்.வாசுதேவன், யாவரும் பதிப்பகம்

லத்தீன் அமெரிக்க இலக்கியங்கள் பற்றிப் பேசும்போது, போர்ஹெஸ், கொர்த்தஸார், மார்க்வெஸ் என்ற மூன்று தலைமுறை பெரும் கலைஞர்கள் பற்றிப் பேசாமல் இருக்க இயலாது.

இதில், கொர்த்தஸார் பற்றி இப்போது தொடர்ந்து படித்துக்கொண்டிருக்கிறேன். அப்படி வாசித்தவற்றில் சமீபத்தில் என்னை மிகவும் கவர்ந்த நூல் ‘யாவரும் பதிப்பகம்’ வெளியிட்டுள்ள, ‘மாயன்: ஹூலியோ கொர்த்தஸார்’ என்ற எஸ்.வாசுதேவன் நூல்தான்.

தமிழில் இலக்கியவாதிகள், தத்துவவாதிகள் பற்றிய அறிமுக நூல்கள் வருவது அரிதினும் அரிது. அந்தவகையில் இந்நூல் வாராது வந்த மாமணிதான்.

எழுபதுகள் முதல் தொண்ணூறுகளின் மத்திமம் வரை ஃபாண்டனா பதிப்பகம் *Modern Masters* என்ற பெயரில் ஓர் அறிமுக நூல்த் தொடரை வெளியிட்டது. கோவை நூலகத்தில் அதன் ஒன்றிரண்டு நூல்கள் இன்றும் உள்ளன. மாணவர்கள், தொடக்கநிலை வாசகர்களுக்கு இலக்கியம் மற்றும் தத்துவங்கள் குறித்த புரிதலை உருவாக்கிய முக்கியமான முயற்சி அது. அதைத் தொடர்ந்து ஆக்ஸ்போர்டு பல்கலைக்கழக அறிமுக நூல்களும் பிரபலம் அடைந்தன. அதில் சிலவற்றைத் தமிழில் அடையாளம் பதிப்பகம் வெளியிட்டது. பின்னர் எம்.ஜி.சுரேஷ் பின் நவீனத்துவ சிந்தனையாளர் வரிசையை வெளியிட்டார். ஒப்பீட்டளவில் இவை சிறியவை மற்றும் மேலோட்டமானவை என்றாலும் குறிப்பிடத்தக்க முயற்சிதான். ஆனால், வாசுதேவன் எழுதியிருக்கும் இந்த கொர்த்தஸார் நூல் அறிமுக நூல்

என்றாலும் ஆழமானது. தமிழில் கொர்த்தஸாரை மிகச் சரியாக அடையாளம் காட்டியுள்ளது.

தமிழில் போர்ஹெஸூம் மார்க்வெஸூம் புகழ்பெற்றிருக்கும் அளவுக்கு கொர்த்தஸார் பேசப்படுவதில்லை என்ற மனக்குறை எனக்கு உண்டு. உண்மையில் அவர்கள் இருவரையும்விட கொர்த்தஸாரே இந்திய, தமிழ் வாழ்வுக்கு நெருக்கமானவர் என்று சொல்வேன். இந்த மும்மூர்த்திகளில் கொர்த்தஸார் தான் போர்ஹெஸ், மார்க்வெஸ் இருவரைவிடவும் சமூக, அரசியல் புரிதலோடு இயங்கியவர். அரசியல் இயக்கங்களோடு, போராளிக் குழுக்களோடு நேரடித் தொடர்பில் இருந்தவர். அதனால் அரசால் கொல்லப்பட வேண்டியவர்கள் பட்டியலில் இருந்தவர்.

கொர்த்தஸாரை வெறுமனே அவரது சிவிக் கமிட்மெண்டுக்காகவும் அரசியல் சரிகளுக்காகவும் மட்டுமே நான் முக்கியமானவர் எனவில்லை. விமர்சகராகவும் மிகச் சரியான அவதானங்களை வைத்திருந்த படைப்பாளியும் அவர்தான். கலை மனமும், தர்க்க மனமும் இணைந்த சிந்தனையாளர் அவர்.

கொர்த்தஸாரின் நேர்காணல்களில் அவரது மேதமை மிளிர்வதைக் காணலாம். அவரிடம் உணர்வுப்பூர்வமான கலைஞனும், தர்க்கப் பிரக்ஞை கொண்ட சிந்தனையாளனும் ஒருங்கே இருந்தார்கள். போர்ஹெஸிடமும் இது இருந்ததுதான் என்றாலும் கொர்த்தஸாரிடம் தான் இது சமூகப் பிரக்ஞையாக வெளிப்பட்டது.

“கலைஞன் தன்னிடமுள்ள சாத்தான்களிடம் இருந்து தப்பவே அவற்றைக் காகிதங்களில் ஏற்றிவிடுகிறான்”

“ஒரு கலைஞனும் தத்துவவாதியும் ஒரே மனதுக்குள் இயங்கும்போது, நீங்கள் உங்களில் இருக்கும் கலைஞனை விஞ்சிக்கொண்டு இயங்க அனுமதிக்க வேண்டும்”

என்பதைப் போன்ற, நான் சிறுவயதில் வாசித்த அவரின் வெளிப்பாடுகள் நான் அடிக்கடி குறிப்பிடுபவை மட்டும் அல்ல. என்னை வடிவமைத்துக்கொள்ள உதவியவையும்கூட.

இந்நூலில் வாசுதேவன் கொர்த்தஸார் பற்றி அவரின்

தனிப்பட்ட வாழ்வு, குணாதிசயங்கள், படைப்புகள், சக இலக்கியவாதிகளுடனான அவரின் உறவு போன்ற பல விஷயங்களை விரிவாகவும் ஆழமாகவும் அலசுகிறார். இந்நூலைப் படிக்கும் யாருக்கும் கொர்த்தாஸரை வாசிக்க வேண்டும் என்ற ஆர்வம் ஏற்படுவதைத் தவிர்க்க இயலாது. அந்த அளவுக்குச் சுவாரஸ்யமான தகவல்கள் நிறைந்துள்ளன.

கொர்த்தஸார் போர்ஹெஸைவிடவும் 15 வருடங்கள் இளையவர். மார்க்வெஸை விடவும் பத்து வருடங்கள் மூத்தவர். கொர்த்தஸார் போர்ஹெஸை தன் ஆசான் என்றே சொல்கிறார். மார்க்வெஸ் இவர்கள் இருவரையுமே மாஸ்டர்ஸ் என்கிறார்.

அதற்குத் தகுந்தாற்போல் இவர்களுக்கிடையே ஒருவர் மீது ஒருவருக்கு பெரும் மதிப்பும் மரியாதையும் இருந்தது.

இந்த நூலில் இருந்து சுவாரஸ்யமான சில பகுதிகள் கீழே...

போர்ஹெஸின் எழுத்துகளால் வசீகரிக்கப்பட்ட கொர்த்தஸார் தான் எழுதிய 'ஆக்ரமிக்கப்பட்ட வீடு' என்ற சிறுகதையைப் போர்ஹெஸிடம் வாசிப்பதற்காக தயங்கித் தயங்கித் தருகிறார். சில நாட்கள் கழித்து கதை எப்படி இருக்கிறது என அதே தயக்கத்துடன் கொர்த்தஸார் கேட்க, "அதை அப்பவே நான் ப்ரிண்டுக்கு அனுப்பிட்டேனே" என்கிறார். கொர்த்தஸாரின் கதையைத் தான் முதன் முதலில் வெளியிட்டமைக்காக மிகவும் பெருமைப்படுவதாகப் பின்னாளில் சொன்னார் போர்ஹெஸ். அவரைப் பற்றிக் குறிப்பிடும்போதெல்லாம் "மை பாய்" என்றே வாஞ்சையுடன் குறிப்பிடுகிறார்.

கொர்த்தஸாருக்குத் தன்னைவிட இளைய எழுத்தாளர்களோடு இணக்கமான நட்பும் அன்பும் இருந்தது. கூச்ச சுபாவியான கொர்த்தஸார் பழகிவிட்டால், தயக்கம் களைந்து பேசிக்கொண்டே இருப்பார் என்கிறார்கள்.

கார்லோஸ் புயந்தஸ், மரியா வர்கஸ் யோசா, நெரூதா, ஆக்டோவியா பாஸ் போன்ற பிரபல லத்தீன் அமெரிக்க எழுத்தாளர்களோடு கொர்த்தஸாருக்கு நல்ல நட்பிருந்தது.

புயந்தெஸ் தன்னுடைய மாஸ்டர் என்றே கொர்த்தஸாரைக் குறிப்பிடுகிறார். தன்னுடைய ஒவ்வொரு புதிய படைப்பையும்

அவர் கொர்த்தஸாருக்கு அனுப்பிப் படிக்கச் சொல்லிக் கருத்துக் கேட்காமல் அச்சிட்டதில்லை. கொர்த்தஸாரோடு தனக்கிருந்த கடிதங்களை எல்லாம் சீல் வைத்து பிரின்ஸ்டன் பல்கலையில் பத்திரப்படுத்தியிருக்கும் அவர் தாம் இறந்த ஐம்பது வருடங்கள் கழித்துதான் அவற்றைப் பதிப்பிக்க வேண்டும் என்று உயில் எழுதிவைத்திருக்கிறார். புயந்தெஸ் இறந்து எட்டு ஆண்டுகள் தான் ஆகின்றன என்பதால் என் தலைமுறைக்கு அதை அறியும் வாய்ப்பு உள்ளதா தெரியவில்லை.

செக்கோஸ்லாவியாவை ரஷ்யா ஆக்ரமித்தபோது, உலகம் முழுக்க எழுத்தாளர்கள் அதைக் கண்டித்தார்கள். மிலன் குந்தேராவைச் சந்திப்பதற்காக கொர்த்தஸார், புயந்தெஸ், மார்க்வெஸ் மூவரும் ஒரு ரகசியப் பயணம் போகிறார்கள். ரயிலில் மூவரும் பயணம் செய்ததை மார்க்வெஸ் ஒரு அழகான கட்டுரையாக எழுதியிருக்கிறார். மார்க்வெஸின் பார்வையில் கொர்த்தஸாரின் ஆளுமை எப்படிப்பட்டது என்பதை அறிய அந்தக் கட்டுரையைப் படிக்கலாம்.

ஆக்டோவியா பாஸ் மெக்சிக்கோவின் தூதராக இந்தியாவில் பணியாற்றிய போது, அவர் அழைப்பை ஏற்று இந்தியா வந்திருக்கிறார் கொர்த்தஸார். மும்பையின் ஆளற்ற இரவு சாலைகளில் கை வீசி நடந்திருக்கிறார். ராஜஸ்தானின் அரண்மனைகளில் சுற்றித் திரிந்திருக்கிறார்.

ராஜஸ்தான் வந்திருந்த போது, ஒரு விருந்தில் அவர் தன் மனைவியுடன் நடனம் ஆடும் காணொளி ஒன்றைச் சமீபத்தில் பார்த்தேன். உயரமாய், தாட்டியாய், கம்பீரமாய், உள்ளார்ந்த குழந்தைத்தனத்தோடு அத்தனை அழகாய் இருந்தார் கொர்த்தஸார்.

இந்த நூலில் கொர்த்தஸார் பற்றிய செய்திகள் கொட்டிக் கிடக்கின்றன. அவரை அறிய வேண்டும் என்று நினைப்பவர்களுக்கு மிகச் சிறந்த கையேடு. குறிப்பாய் அவரின் புகழ் பெற்ற பாண்டியாட்டம் (ஹாப்ஸ்காட்ச்) என்ற புதிர்தன்மை மிக்க நாவலை எப்படி வாசிக்க வேண்டும் என்று விவரிக்கும் பகுதி மிகச் சிறப்பு. கொர்த்தஸார் போன்ற கடினமான ஆளுமைகளின் படைப்புகளை இப்படியான சாவிகள் இல்லாமல் திறக்க முயலக் கூடாது என்பதால்

இதனை நான் வாசகர்களுக்கு பலமாகப் பரிந்துரைக்கிறேன். இந்த ஆண்டின் மிக நல்ல நூல்களில் ஒன்று என்ற வகையில் வாசுதேவனுக்கும் யாவரும் பதிப்பகத்துக்கும் இலக்கிய உலகம் கடப்பாடு உடையது.

சந்திப்பு

வாழ்வில் சில விஷயங்கள் நம்பவியலாத சுவாரஸ்யங்களோடு இருக்கும் இல்லையா? அப்படியான விஷயங்களில் ஒன்று இது.

அப்போது எனக்குப் பத்தொன்பது வயது. இலக்கியத்தில் யாரையுமே தெரியாது. புத்தகங்கள் வாசிப்பேன். பேசுவதற்கும் யாரும் கிடையாது. என் நண்பர்கள் யாருக்கும் நூல் வாசிக்கும் பழக்கம் கிடையாது. ந.முத்து, இசை போன்ற நண்பர்களை எல்லாம் சந்திப்பதற்கு முற்பட்ட காலம்.

கோவை ஞானி என்ற பெயர் எப்படியோ என்னிடம் வந்து சேர, அவரைச் சந்திக்க சைக்கிளை மிதித்துக்கொண்டு செல்கிறேன். அப்போது ஞானி ஐயா ராம் நகரில் இருந்தார்.

வீடு இருக்கும் தெருமுனையில் ஒருவர் சிகரெட் புகைத்துக்கொண்டிருந்தார். அவரிடம் ஞானியின் பெயர் சொல்லி விசாரித்தேன்.

அவர் வீட்டை அடையாளம் காட்டினார். வாசலில் சைக்கிளை நிறுத்தும் போது, சற்றே பெரிய சரீரத்துடன் ஒரு முதியவர் வந்தார். அவரிடம் கோவை ஞானி வீடு இதுதானே என்றேன். அவர், இருக்கிறார் போங்கோ என்றுவிட்டுக் கடந்தார். எனக்கு அந்தத் தமிழே விநோதமாய் இருந்தது.

நான் உள்ளே போய் ஞானியிடம் சிறிது நேரம் பேசிவிட்டுக் கிளம்பினேன். சில நாட்கள் கழித்து, கணையாழி இதழ் ஒரு சிறப்பிதழை வெளியிட்டது. அதன் அட்டையில் இருந்தவர் முகத்தை எங்கோ பார்த்திருக்கிறோமே என யோசித்தேன். அன்று கோவை ஞானி வீட்டிலிருந்து வெளியேறினார் அல்லவா, அதே பெரியவர்தான். அவர் கார்த்திகேசு சிவத்தம்பி.

அந்தக் கணையாழி படித்துதான் அவர் எத்தனை பெரிய ஆளுமை என்பதை அறிந்துகொண்டேன். பிறகு கொஞ்ச நாட்கள் கழித்துதான் இன்னொரு விஷயம் தெரிந்தது. அன்று நான் போய் முதலில் முகவரி கேட்டேன் அல்லவா, அந்த சிகரெட் ஆசாமி... அவர்தான் ஸ்ரீபதி பத்மநாபா.

இதே போன்றதொரு அனுபவம் இன்னொரு இலக்கியவாதியிடமும் உண்டு. சுந்தர ராமசாமி பங்குபெற்ற இலக்கிய நிகழ்வு ஒன்றை ஆர்.எஸ்.புரத்தில் காலச்சுவடு ஒருங்கிணைத்தது. நான் காந்திபுரத்தில் 7-ஆம் நம்பர் பஸ் ஏறி, காலியாய் இருந்த இடத்தில் அமர்ந்தேன். என் கையில் ஏதோ புத்தகம் இருக்கவே, பக்கம் இருந்தவர் ஆர்வமாய்ப் பேசத்தொடங்கினார். நான் கொஞ்சம் சலிப்பாய் பதில் சொல்லிக்கொண்டு வந்தேன். ஒரு கட்டத்தில் கொஞ்சம் எரிச்சலாகி, என் பேர் கௌதம சித்தார்த்தன் என்றார். நான் சரிங்க என்றேன். அந்த பதில் அவரை அதிர்ச்சிக்குள்ளாக்கியிருக்க வேண்டும். பாவம் அமைதியாகிவிட்டார். பின்னர் அவர் யார் என அறிய வந்தபோது, கரம் பிடித்து மன்னிப்புக் கேட்டேன். நெகிழ்ந்துவிட்டார். பிறகு நெருக்கமாகிவிட்டோம். இப்போதும் இதைச் சொல்லிச் சொல்லி என்னை ஓட்டுவார்.

பேனா நட்பு

எண்பது, தொண்ணூறுகளில் பேனா நட்பு என்று ஒரு கலாசாரம் இருந்தது. அந்நாட்களில் வெளியான வார, மாத இதழ்களிலும் பாக்கெட் நாவல் போன்ற மாதாந்திர நாவல்களிலும் பேனா நட்பை நாடும் ஆர்வலர்களின் பெயர், முகவரிகள் வெளிவரும். அந்த முகவரிக்கு போஸ்ட் கார்டில் நட்பை நாடும் அழைப்பு அனுப்பினால், பதில் கடிதம் வரும்.

போஸ்ட் கார்டில் தொடங்கி, இன்லாண்டு லெட்டர், போஸ்ட் கவர் என்று நட்பு வளர்த்தவர்கள் உண்டு. நேரில் சந்தித்து அளவளாவி இன்று வரை நட்பாய் இருப்பவர்கள் உண்டு. கடிதத்திலேயே காதல் வளர்த்து கல்யாணம் செய்தவர்களும் உண்டு. தமிழ் இலக்கியத்தின் காதல் இணையர்களான மு.முருகேஷ்-அ.வெண்ணிலா ஜோடி அப்படி இணைந்தவர்கள்தான்.

இன்று பேஸ்புக்கில் பெண்கள் போஸ்ட்டில் கமெண்ட்டுகள் குவிவதைப் போன்றே அன்றும் பெண்கள் பேனா நட்பு கொடுத்தால் கடிதங்கள் குவியும். என் பக்கத்து வீட்டு அக்கா ஒருவர் ஆர்வத்தில் பேனா நட்புக்கு அழைப்புவிடுக்க, பாஸ்போர்ட் சைஸ் புகைப்படத்துடன் வந்த பதில் கடிதங்கள் கண்டு மிரண்டே போனார். போதாக்குறைக்கு வீட்டிலும் செம டோஸ் கிடைத்தது. அந்தக் கடிதக் குவியலில் வந்த இரண்டு பெண்களின் முகவரியை உஷார் செய்து, அந்த அக்காவுக்குத் தெரியாமல் நான் தனியாக நட்பு வளர்க்க அது என் அப்பாவுக்குத் தெரிந்து செருப்படி விழுந்ததில் அதுவும் பணால் ஆனது.

பேனா நட்பில் கவிஞர்கள், எழுத்தாளர்கள் தினுசு தினுசாய்க் கிடைப்பார்கள். குடும்ப மலர், பாக்யா, பாக்கெட் நாவல்களில்

கதை எழுதுபவர்கள், கவிதை மட்டுமே எழுதுபவர்கள், இதழ்களுக்கு கேள்வி பதில் மட்டுமே எழுதுபவர்கள், வாசகர் கடிதங்கள் எழுதுபவர்கள், நகைச்சுவைத் துணுக்குகள் எழுதுபவர்கள் என விதவிதமான நண்பர்கள் இருப்பார்கள். சினிமா பைத்தியங்கள் தனி ரகம் என்றாலும் மேலே சொன்ன எல்லோருக்குமே அதுவும் இருந்தது. குறிப்பாக, பாடலாசிரியராக ஆசைப்படுபவர்கள், இயக்குநராக ஆசைப்படுபவர்கள். இவர்களில் பெரும்பாலானவர்கள் தங்கள் கிராமத்தைவிட்டு வெளியேறாமலேயே சினிமா ஆசையை மனதில் புதைத்திருப்பார்கள்.

கவிஞர்கள் புனைப்பெயரில் இருப்பார்கள். பேரைக் கேட்டதுமே கவிஞர் என்பது தெரியும். பெரும்பாலும் பெயரின் பின்பகுதியில் பாரதி இருக்கும்: நிலா பாரதி, மொழி பாரதி, தென்றல் பாரதி, புயல் பாரதி என்ற இயற்கை பாரதிகள்; புரட்சி பாரதி, எழுச்சி பாரதி, விடியல் பாரதி, ஞான பாரதி என்ற லட்சியவாத பாரதிகள்; திமிர் பாரதி, தெனாவட்டு பாரதி, கம்பீர பாரதி, கர்வ பாரதி என கேரக்டர் பாரதிகள்; சின்னமனூர் பாரதி, திருப்பூர் பாரதி, நிலக்கோட்டை பாரதி, உடுமலை பாரதி என ஊர் பாரதிகள்... இப்படியாக பாரதிகள் பலவிதம்.

கவிஞர்கள் விநோதமான புனைப்பெயரை எல்லாம் சிந்திப்பார்கள். ஜெகாதா என்று ஒருவர், ஜெயகாந்ததாசன் என்பதன் சுருக்கம் அது. பாகவதா என்று ஒருவர் பாரதி, கம்பன், வள்ளுவ தாசன் என்பதன் சுருக்கமாம் அது.

பெண் பெயரை புனைப்பெயராக வைத்துக்கொண்ட கவிஞர்களால் ஆண் கவிஞர்களுக்கு இடையே வெட்டுக்குத்து எல்லாம் நடந்திருக்கிறது. ஜெயப்ரியா என்ற ஒரு பெயரை பேனா நட்பில் பார்த்து தனித் தனியே நட்பு வளர்த்த இரு நண்பர்கள் ஒருவருக்கு ஒருவர் அதைப் பகிராமல் காந்திபுரத்தில் சந்தித்துக்கொண்டார்கள். கொஞ்ச நேரத்தில் ஆறடி உயரத்தில் கரட்டு தாடியும் முரட்டு மீசையுமாய் அங்கு வந்த ஜெயப்ரியாவைக் கண்டு காண்டாகித் தெறித்தோடிப் போய், கவிதை எழுதுவதையே கைவிட்டார்கள்.

எனக்கு நேரடியாகப் பேனா நட்பில் கிடைத்த நண்பர்கள் இன்று யாருமில்லை. ஆனால் தோழர் ந.முத்து மூலம் எனக்குக்

கிடைத்த பேனா நட்பு வட்டம் மிகப் பெரியது. அது இன்றளவும் தொடர்கிறது. மு.முருகேஷ், அ.வெண்ணிலா, யெஸ்.பாலபாரதி, க.அம்சப்ரியா, செ.ரமேஷ், கிணத்துக்கடவு பாலா, சோ.கிருஷ்ணமூர்த்தி உட்பட பலரும் அந்தக் கொடி வழி நண்பர்கள்தான். இன்று முகநூலிலும் தொடர்கிறது நட்பு.

ஆரோக்கிய நிகேதனம்

ஆரோக்கிய நிகேதனம் நாவல் பற்றி நான் முன்பே எழுதி இருந்தது நினைவிருக்கும் என நினைக்கிறேன். என்னளவில் இது இந்தியாவின் முக்கியமான நாவல்களில் ஒன்று. ஜீவன் மஷாய் என்ற ஒரு ஆயுர்வேத மருத்துவரின் வாழ்வின் வழியாக இந்தியப் பாரம்பரிய மருத்துவமுறைக்கும் அலோபதி மருத்துவத்துக்கும் இடையே உள்ள தத்துவார்த்த உறவுகளைப் பேச முற்படும் இந்நாவல், மேற்கின் அறிதல் முறைகளுக்கும் கிழக்கின் அறிதல் முறைகளுக்குமான உறவையும் முரணையும் மனித மனங்களின் இயக்கத்தையும் உணர்ச்சிகரமான மொழியில் பேசுகிறது. எழுதப்பட்டு அரை நூற்றாண்டுக்கு மேல் ஆகியும் இன்னும் இந்நாவல் அவ்வளவு வசீகரமாய் உள்ளது.

தாராசங்கர் பந்தோபாத்யாயா வங்காள இலக்கியத்தில் தாகூருக்கும் சரத்சந்திரருக்கும் பிறகு மிக முக்கியமான ஆளுமை. இன்னும் சொல்லப்போனால் இந்திய அளவில் கூட தாராசங்கருக்கு இணையான இலக்கிய ஆளுமைகள் மிக மிகக் குறைவு. சுமார் 40க்கும் மேற்பட்ட நாவல்கள், சுமார் 500 சிறுகதைகள், நான்கு வரலாற்று நூல்கள், பயண நூல்கள், கட்டுரைகள் எனத் தன் வாழ்நாளில் ஐம்பதாயிரம் பக்கங்களுக்கு மேல் எழுதிக் குவித்த பெருங்கலைஞன். 1960 மற்றும் 70களில் ஹிந்தியிலும், தமிழிலும் பிற இந்திய மொழிகளிலும் வெளிவந்த உணர்வுப்பூர்வமான குடும்பக்கதை கொண்ட சினிமாக்கள் பலவும் தாராசங்கரின் கதைகள்தான்.

"ஆரோக்கிய நிகேதனம்" 30 வருடங்களுக்குப் பிறகு மறுபதிப்பு கண்டிருக்கிறது. சாகித்ய அகாடமி வெளியீடாக வந்துள்ளது. வங்காளத்திலிருந்து நேரடியாக தமிழில் இதை மொழி பெயர்த்துள்ளார் த.நா.குமாரசாமி. சென்ற வாரம் டிஸ்கவரி புக் பேலஸ் சென்ற போது எதேச்சையாக இதைக் கவனித்தேன். இப்போதுதான் வந்தது என்றார் வேடியப்பன். உடனடியாக ஒரு பிரதியை வாங்கி வந்துவிட்டேன்.

பாரதிதாசன்

இன்று பாரதிதாசன் பிறந்த நாள். இரண்டாயிரம் வருட தமிழ் நெடு மரபில் கடைசி மாபெரும் மரபுக் கவிஞன் அவர்தான் என்று சொல்வேன்.

பாரதிக்குப் பிறகு ஆற்றல் மிக்க கவிஞராகவும் தனி மனித இயக்கமாகவும் உருப்பெற்ற ஆளுமை என்றால் அது பாரதிதாசன்தான். பாரதி முதல் புதுமைப்பித்தன் வரை பல முன்னோடிகளின் அபிமானத்தைப் பெற்றவர். பு.பி பொதுவாகக் கவிஞர்களை மதிக்கமாட்டார் என்பார்கள். ஆனால், அவர் பாரதிக்குப் பிறகு பாரதிதாசன் மீதே பெரும் மதிப்புக்கொண்டிருந்தார்.

பாரதிதாசன் ஒருவரே கவிஞனுக்குரிய எல்லா அந்தஸ்துகளையும் அடைந்த தமிழ் ஆளுமை. அதற்கேற்ற தகைமையும் அவருக்கு இருந்தது.

பாரதிக்கே அமையாத மாபபெரும் மாணவப் பட்டாளம் பாரதிதாசனுக்கு அமைந்தது. பின்னாட்களில் அவர்களில் பலர் புகழ்பெற்ற ஆளுமைகளாயினர்.

குயில், பொன்னி இதழ்களில் பாரதிதாசன் பரம்பரை என சுமார் முந்நூறு கவிஞர்கள் இணைந்திருந்தனர். இதில், சுரதா, கோவேந்தன், வேழ வேந்தன், முடியரசன், வாணிதாசன், பெருஞ்சித்திரனார், லெனின் தங்கப்பா, ஈரோடு தமிழன்பன், மதியரசன், சாரண பாஸ்கரன், கோவை இளஞ்சேரன், வா.செ.குழந்தைசாமி, செரீப், சிற்பி பாலசுப்பிரமணியன், காசி ஆனந்தன், நாரண துரைக்கண்ணன், முருகு சுந்தரம், அழ.வள்ளியப்பா, பொன்னடியான், சாலை இளந்திரையன் போன்றோரே முக்கிய மாணாக்கர் என இயலும். மேலும் கண்ணதாசனும் கம்பதாசனும்கூட பாரதிதாசன் பரம்பரை

என்றே சொல்ல இயலும். அவர்களின் கவியோட்டத்தில் அதற்கான தரவுகள் இருக்கின்றன.

பாலா, மீரா, அப்துல் ரகுமான் என பாரதிதாசனோடு கவியரங்குகளில் கலந்து ஊக்கம் பெற்ற இளம் கவிஞர்களையும் பாரதிதாசனின் தாக்கம் பெற்றவர்கள் என்று வரையறுக்கலாம்.

இதில் பலர் பின்னாளில் புதுக்கவிதைக்குள் நுழைந்தார்கள். சிலர் குழந்தை இலக்கியம் போன்ற சிறப்புத் துறைக்குள் நுழைந்தனர்.

கிட்டதட்ட உலகம் முழுவதுமே புதுக்கவிதைக்குள் நுழைந்துவிட்ட பின்னும் மரபியல் கவிதை எழுதிக் கொண்டிருந்தவர் பாரதிதாசன். டி.எஸ்.எலியட், எஸ்ரா பவுண்ட், நிகோனர் பர்ரா, பெர்டோல்ட் ப்ரெக்ட், நெரூதா, ஆக்டோவியா பாஸ், ஆலன் கின்ஸ்பெர்க் போன்ற மேதைகள் கோலோச்சிய நாட்களில் இங்கு தமிழ்ச் சிலம்பம் சுழற்றிக்கொண்டிருந்தவர் என்ற விமர்சனம் ஒன்று அவர் மீது உண்டு.

நம் மண்ணின் இரண்டாயிர வருட மரபு கொடுத்த அழுத்தம் அது. நெரூதாவுக்கும் எலியட்டுக்கும் இல்லாத ஒரு கவிதையியல் தொடர்ச்சி நமக்கு இருக்கிறது. அதிலிருந்து பட்டென்று வெளியேறுதல் சுலபம் அல்ல. பிறகு மரபின் அத்தனை வளங்களையும் கற்ற ஒருவன் அதிலிருந்து வெளியே வருவது சாத்தியமே இல்லாத விஷயம்.

மரபில் எழுதினாலும் பெண் விடுதலை முதல் சாதி எதிர்ப்பு வரையான நவீன சிந்தனைகளே அவரின் பாடுபொருளாய் இருந்தன என்பதையும் நாம் கவனிக்க வேண்டும். எஸ்.வி.ராஜதுரை போன்றவர்கள் அதையும் விமர்சிக்கிறார்கள். அவரின் பெண் விடுதலை ஆண் மையமானது என்கிறார்கள். இருக்கலாம். ஒரு கருத்தியல் மெல்ல மெல்லத்தானே பரிணாமம் அடையும். இந்த நூற்றாண்டில் அமர்ந்துகொண்டு போன நூற்றாண்டை மதிப்பிடக் கூடாது அல்லவா?

தொடக்கத்தில் ஆத்திகராய் இருந்தவர் பின்னர் நாத்திகராகிறார். பாரதி "எழுக புலவ" என்று ஆசிர்வதித்த முதல் பாடலே 'எங்கெங்கு காணினும் சக்தியடா...' என்ற சாக்த உபாசகம்தான்.

பாரதிதாசன் திராவிட இயக்கத்தில் இருந்தது, அவர் சிந்தனைகளை வளப்படுத்தியது. நாத்திகராக உருப்பெற்றார். பிறகு அங்கிருந்தே பொதுவுடமைச் சிந்தனைகளுக்குள் செல்கிறார். ஒரு கவிஞனாக அவர் சிந்தனை இயல்பாகவே பரிணாமம் அடைந்துகொண்டுதான் இருந்தது. மாற்றங்களை ஏற்றுக்கொண்டுதான் இருந்தது என்பதன் சான்றுகள் இவை.

தமிழ் என்பதையே ஒரு தொல்படிமமாக (Archetype) ஓர் உயர் விழுமியமாக நோக்கும் போக்கு ஒன்று பழங்காலம் முதலே நமக்குண்டு. பாரதிதாசன் அதன் நவீன காலத் தொடர்ச்சி. நிலத்தை வணங்கும் பண்பாடுகளுக்கிடையே மொழியை வணங்கும் பண்பாடு இது. நிலத்துக்கு இணையாக மொழியையும் போற்றி அதனையும் ஒரு தூலப் பொருளாய்க் கருதும் சிந்தனைப் போக்குக்கு சமகால முகம் கொடுத்தவர் என்பதுவே பாரதிதாசனின் முதன்மையான பங்களிப்பு. அந்த வகையில் தமிழ் அடையாளம் என்ற கருத்தியல் இருக்கும் வரை பாரதிதாசன் பெயர் நிலைத்திருக்கும்.

தமிழின் கடைசி மரபுக் கவிஞன் பாரதிதாசன் என்று அவரின் பிறந்த நாளில் நான் சொன்னதை ஒட்டி ஒரு சிறு சர்ச்சை ஓடிக்கொண்டிருக்கிறது. நான் எப்போதும் போகிறபோக்கில் ஸ்வீப் ஸ்டேட்மெண்ட் அடித்துவிட்டுச் செல்பவன் அல்ல. என் கூற்றை ஒரு விளக்கமான கட்டுரையாகவே எழுதி நிறுவ முடியும். என்னால் விரிவாகப் பேச இயலாத விஷயங்களை நான் ஒருபோதும் குறிப்பாகக்கூட பேச மாட்டேன்.

பாரதிதாசனுக்குப் பிறகு யாப்பில் செய்யுள் எழுதும் கவிஞர்கள் பலர் இருக்கிறார்கள். இன்றும், அதற்கான இதழ்கள் தமிழ்நாட்டிலும் தமிழகம் கடந்தும் வந்துகொண்டிருப்பதை அறிவேன். அவர்களில் யார் யார் முக்கியமானவர்கள் என்பதையும் சுட்ட முடியும். ஆனால், கவிதை என்பதன் சரியான பொருளில் அதன் சாத்தியங்களையும், சவால்களையும் எதிர்கொண்டு, அதை மரபில் எழுதுபவர்களையே நான் மரபுக் கவிஞன் என்கிறேன்.

இன்று உலகளாவிய கவிதை இயங்கியல் அல்லது கவிதை மனநிலை என்ன என்று புரிந்து அதனை மரபில் எதிர்கொள்ளும் ஆற்றல் மிகு கவிஞர்கள் எண்ணிக்கை இரண்டு கைவிரல்கள்

அளவு தேறினால் அதுவே அதிகம். மரபில் எழுதுவோர் எல்லாம் மரபுக் கவிஞர் அல்ல என்றே சொல்வேன். பின்னும் பாரதிதாசன் போல் மரபின்றி வேறு வடிவங்களில் இயங்க பிடிவாதமாய் மறுத்தவர், மறுப்பார் நம் காலத்தில் எத்தனை பேர் உள்ளார்கள்.

பொதியவெற்பன் போன்ற மூத்தவர்கள் சுட்டும் பட்டியலில் இருப்பவர்கள் என்னுடைய மேற்சொன்ன எடுகோளில் எவ்வளவு தூரம் தேறுவர் என்பதை அவர்கள் முடிவுக்கே விடுகிறேன். அவர் அவர்களை எழுதட்டும் ஏன் முக்கியமானவர்கள் என்று, நான் பாரதிதாசனை எழுதுகிறேன். அவரின் விஸ்தீரணத்துக்குப் பொதி சொல்லும் கவிஞர்கள் எவ்வளவு தூரம் பொருந்துவர் என்று பார்ப்போம். பிறகு என்னுடையது ஸ்வீப் ஸ்டேட்மெண்ட்டா அல்லவா என்பதை சமூகம் தீர்மானிக்கட்டும்.

அபி

தமிழ்க் கவிஞர்களில் தனித்துவமானவர் அபி. வானம்பாடிக் கவிஞராய்ப் படைப்புப் பயணத்தைத் தொடங்கினாலும் வானம்பாடிகளின் உரக்கப் பேசுதல், சந்தக் கவிதைகள், சமூக-அரசியல் கவிதைகள் ஆகிய பாணிகளைவிட்டு மிகத் தொடக்கத்திலேயே விலகி நடந்தவர்.

சூஃபி மரபின் தாக்கம் அபியின் படைப்புகளில் ஆழமாக உண்டு. மேலும் அபியின் கவியுலகம் படிமங்களால் ஆனது. படிமங்கள் எனும் கவிதை நுட்பத்தை அபியின் அளவுக்குப் பயன்படுத்திய தமிழ் நவீன கவிஞர்கள் யாருமே இல்லை. ஒருவகையில் அபியை நவீனத்துவக் கவிஞர் என்றே சொல்ல வேண்டும். நவீனம் வேறு நவீனத்துவம் வேறு. மாடர்ன் என்பது ஒரு காலச் சூழல். மாடனிஸம் என்பது அக்காலச் சூழலின் சிந்தனை. அபியிடம் நவீனத்துவ சிந்தனை தாக்கங்கள் உண்டு. உதாரணம் டி.எஸ்.எலியட் முன்வைத்த நியோ கிளாசிஸத்தின் தாக்கங்கள்.

கவிதையாக்கத்தில் டி.எஸ்.எலியட் மற்றும் எஸ்ரா பவுண்ட் இருவரும் முன்வைத்த கவிதைக் கோட்பாடுகளை ஏற்றுக்கொண்டு கவிதைகள் எழுதியவர் அபி. படிம உடல், சுண்டக் காய்ச்சிய சொற்கள், கட்டுப்பாடான உணர்வுதளம், சூட்சமமான உள்ளடக்கம், குறீயிட்டு தளம் கொண்ட கவித்துவம், சம்பவத்தை விவரிக்காமல் அனுபவத்தை நோக்கி நகரும் தொனி, மனதின் நுண்ணிய அனுபவங்களை நுட்பமாய் எழுதிக் காட்டுதல் ஆகியவை அபியின் பாணி.

இவற்றில் பெரும்பாலானற்றை டி.எஸ்.எலியட் தன்னுடைய நவீன கவிதைக்கான விதிகளில் குறிப்பிடுகிறார். எலியட் இதனை நவீன செவ்வியல் (Neoclassicism) என்று சொன்னார்.

நியோ கிளாசிஸம் ஒருவகையில் ரொமாண்டிசிஸத்துக்கு மாற்றாய் எழுந்தது. கவிதைச் செயல்பாட்டில் கட்டுப்பாடற்று உணர்ச்சிகளைக் கொண்டுவந்து குவிப்பதற்கு மாற்றாக, கவிதையில் பிரக்ஞையின் தலையீட்டை முன்வைத்தது. சரியாகச் சொன்னால் உட்கார்ந்து வம்படியாக கவிதை எழுதுவதை அல்ல எலியட் சொன்னது. கவிதை எழுதுதல் எனும் செயல்பாட்டை ஒரு தியானம் போல பிரக்ஞையோடு Esoteric பண்புகளோடு அணுகுவது அது. அபி போன்ற சூஃபியிஸத்தில் ஆர்வம் உடைய ஒருவர் இப்படியான கவிதையாக்கத்தில் ஈடுபட்டது மிக இயல்பானது. இந்த Esoteric பண்புகளே அபியைத் தனித்துவம் மிக்க கவிஞராகவும் உருவாக்கியிருக்கிறது.

கோவையில் எனக்கு தேவமகள் அறக்கட்டளை விருது கொடுக்கப்பட்டபோது மூத்த படைப்பாளிக்கான பிரிவில் அவருக்கும் விருது கொடுத்தார்கள். நான் மிகப் பெருமையாக உணர்ந்த தருணங்களில் ஒன்று அது. கிருஷ்ணன் என்றே என்னை அழைப்பார். நான் ‘அது என் அப்பா பேர் சார், என் பேர் இளங்கோதான்’ என்பேன். ‘அதனால் என்ன எனக்கு இதுதான் பிடிச்சிருக்கு’ என்று குழந்தை போல் சிரிப்பார். அபிக்கு விஷ்ணுபுரம் விருது வழங்கியுள்ளது நிஜமாகவே மகிழ்ச்சியான செய்தி. இதை முன் வைத்தாவது அவர் கவிதைகளைப் புதிய வாசகர்கள் தேடிப் படித்தால் நல்லதுதான்.

புனைப்பெயர்

படைப்பாளிகள் அனைவருமே பெரும்பாலும் தன் வாழ்நாளில் ஒரு முறையாவது புனைப்பெயர் வைத்துக் கொள்வதைப் பற்றி யோசித்திருப்பார்கள். இது ஏன் எனத் தெரியவில்லை. இவ்வாழ்வின் தட்டையான ஒற்றைத்தன்மையின் மீது போதமையுடைய மனங்களே படைப்பை நோக்கிச் செல்கின்றன. ஒருவேளை இந்தப் பெயர் என்பது தட்டையான அந்த ஒற்றை வாழ்வு வாழ்பவனுடையது, இது நானல்ல எனவே வேறு பெயர் வேண்டும் என எழுதும் மனம் எண்ணுகிறதோ என்னவோ..

என் இயற்பெயர் (அப்படி ஒரு பெயர் இருக்க முடியுமா என்ன? என் தாய் தந்தை வைத்த பெயர் என்று வேண்டுமானால் சொல்லலாம்) இளங்கோவன். இளங்கோ என்றும் இளம்கோ என்றும் ஃறிணன் என்றும் வேறு வேறு பெயர்களில் துவக்கத்தில் எழுதிக் கொண்டிருந்தேன். இப்போது இந்தப் பெயருக்கு வந்து சேர்ந்திருக்கிறேன். சிலர் புனைப்பெயர் என்று தெரியக்கூடாது, இயற்பெயர் போலவே தோன்ற வேண்டும் என்பதற்காக முன்னால் ஏதாவது இனிஷியல் சேர்த்துக் கொள்வார்கள். உடனடியாக நினைவுக்கு வருபவர்கள் ஆங்கிலத்தில் ஓ.ஹென்றி, தமிழில் எஸ்.வி.ராஜதுரை.

தமிழ்ப் படைப்பாளிகளின் புனைப்பெயர்கள் வித்தியாசமானவை சங்க இலக்கியங்களில் செம்புலப்பெயல் நீரார், தொடித்தலைவிழுத்தண்டினார், அணிலாடு முன்றிலார், நெடுவெண்ணிலவனார் என்று சில பெயர்கள் உள்ளன. ஒருவேளை அவை புனைப்பெயர்களாக இல்லாமலும் இருக்கலாம். தொகுத்தவருக்கு பெயர் தெரியாததால் கவிதையில் வருமொரு வரியையே கவிஞனுக்குச் சூட்டியிருக்கலாம்.

வள்ளுவன், கம்பன் என்ற பெயர்கள் குறித்து பல்வேறு மாறுபட்ட கருத்துகள் உண்டு.

நவீன இலக்கியத்தில் புனைப்பெயருக்காக புகழ்பெற்றவர்களில் பிரமிள் என்கிற பிரேமிள் என்கிற தர்மு என்கிற தர்மு அரூப் சிவராம் என்கிற தர்மு சிவராம் என்கிற கவிஞர் முக்கியமானவர். தற்போது கூட நிறைய இளம்கவிஞர்கள் தங்கள் புனைப்பெயர்களை வித்தியாசமாகவே வைத்துக் கொள்கிறார்கள். கடற்கரய், இசை, நதியலை, மண்குதிரை என்பதைப் போல... பெண் படைப்பாளிகள் புனைப்பெயர் வைத்துக் கொள்ள பெரும்பாலும் ஆசைப்படுவதில்லை என நினைக்கிறேன். அதுவும் ஏன் எனத் தெரியவில்லை. பெண் புனைப்பெயர் படைப்பாளிகளில் தமிழ்நதி உடனடியாக என் நினைவுக்கு வருபவர். புனைப்பெயர் வைத்துக் கொள்வதில் இன்னொரு சுவாரஸ்யமான விஷயம் ஆண் படைப்பாளிகள் பெண் பெயரை வைத்துக் கொள்வதைப் போல உதாரணம் (சுஜாதா) பெண் படைப்பாளிகள் ஆண் பெயரை வைத்துக் கொள்வதில்லை. இறுதியாக ஒரு கேள்வி, எழுத்தாளர் கரிச்சான் குஞ்சு நமக்குத் தெரியும். அது அவர் புனைப்பெயர் என்பதும் நமக்குத் தெரியும்... அவர் ஏன் தன் பெயரை அப்படி வைத்துக் கொண்டார் தெரியுமா? தன் குரு மீது உள்ள அபிமானத்தினால்.. அவர் குருவின் பெயர் கரிச்சான்.. கேள்வி இதுதான் கரிச்சான் என்ற பெயரில் எழுதிய எழுத்தாளர் யார்?

தமிழி

காலசுப்பிரமணியம் 'தமிழி' என்று ஒரு தொகுப்பு நூல் கொண்டுவந்துள்ளார். அந்நூல் கொண்டு வந்ததற்கான காரணத்தைப் பற்றிச் சொல்லும்போது தமிழில் சிற்றிதழ் என்பது ஒழிந்துவிட்டது என்கிறார். எனக்கு அப்படித் தோன்றவில்லை... சிற்றிதழ்களின் தீவிரத்தன்மை கொஞ்சம் குறைந்துவிட்டது... எழுத்தாளர்கள், கவிஞர்கள் பலரும் இன்று மெட்டீரியலைஸ் ஆகிவிட்டார்கள் என்று வேண்டுமானால் சொல்லலாம்...

மற்றபடி நூல் மிக நன்றாக வந்துள்ளது. ராஜமார்த்தாண்டனுக்குப் பிரமிள் எழுதிய கடிதங்கள் படிக்க மிகவும் சுவாரஸ்யமாய் இருக்கின்றன. அதில் சுமார் நாற்பது கடிதங்கள் வரை இருக்கின்றன (நான் எண்ணவில்லை) பிரமிள் அதில் பல்வேறு அவதாரங்கள் எடுக்கிறார். ஒரு கடிதத்தில் இருக்கும் பெயர் இன்னொரு கடிதத்தில் இல்லை... ஒரே கடிதத்தில்கூட அனுப்புநர் முகவரியில் ஒரு பெயரையும் கையொப்பத்தில் ஒரு பெயரையும் இட்டுள்ளார். இது குறித்து தொகுப்பாசிரியர் ஏதேனும் தெரிவித்திருக்கலாம். எனக்கு இவை எல்லாம் புனைப் பெயர் (Pseudonyms) அல்ல... ஆளுமைப் பெயர்கள் (Heteronyms) என்று தோன்றுகிறது.

அப்புறம், இந்தக் கால தொடக்க நிலை இலக்கிய வாசகன் இந்தக் கடிதங்களைப் படித்தால் பிரமிள் பற்றிய எதிர்மறையான சிந்தனைகள் அடையக்கூட வாய்ப்புகள் உள்ளன என்று தோன்றியது... தேவதேவன் கவிதைகள், இந்திய ஆங்கில எழுத்தாளரின் சிறுகதை, அவர் பற்றிய பிரமிளின் குறிப்பு, பிராமி எழுத்துகள் பற்றிய கட்டுரை என்று நல்ல அடர்த்தியான நூல்...

இன்று காலை பூங்காவில் நடைபயிற்சி செய்யும் ஒருவர் வேக வேகமாகப் பின்னால் நடந்துகொண்டிருந்தார். அப்படியே தன்னுடைய பால்யத்துக்குள் நுழைந்துவிட வேண்டும் என்பதைப் போன்ற ஒரு வேகம்... எனக்கு ஏனோ இந்த நூல் ஞாபகம் வந்தது...

போதை நேரப் பேச்சு

என் பழைய நண்பர்கள் நேற்று இரவு என் வீட்டுக்கு வந்திருந்தார்கள். ஒருவர் ஷேக்ஸ்பியர் இன்னொருவர் தாஸ்தாயெவ்ஸ்கி. மொட்டை மாடியின் ஏகாந்த வோட்காவில் நிலா துண்டு மிதக்க ஷேக்ஸ்பியர் தன் சாத்தான்களைப் பற்றிப் பேசத் துவங்கினார்.

மனம்
புளித்த மதுவைப்போல்
தனக்குள் தானே
ஊற ஊற
நீ உன் சாத்தான்களைக் காண்பாய்
சாத்தான்கள் தம்மிடமிருந்து தாம்
தப்ப விரும்புபவை
நீயோ
அதனிடமிருந்து
தப்ப
காகிதங்களைத் தேடுவாய்
சாத்தான்களைக்
காகிதத்தில்
ஏற்றிவிடுவது என்பது
ஒன்றை அதற்கே பரிசளித்தல் போல
உன்னை உனக்கே பரிசளிப்பது
அதன் ருசி
படைப்பின் ஆதிப் புதிர்களில் ஒன்று
ஒருவனுக்கு மதுவைப் போல்
தனக்குள் தான் ஊறத் தெரிய வேண்டும்

இளங்கோ கிருஷ்ணன்

ஒருவன்
புளித்த மதுவின் கெட்ட வாடையை
விரும்பி ஏற்க வேண்டும்
ஒருவன் தன்
ஆழங்களில் இறங்கி நடக்க வேண்டும்
மலை எலியின் கண்டடைதலோடு
சூரியன் கடலில் இறங்கும்
கம்பீரத்தோடு

போதை நேரப் பேச்சில் இது பியோதரின் முறை. பியோதர் நிதானமாக இருந்தார்... சாத்தான்களைப் பற்றித் தமக்கு தெரியாது என்றார். பகல் எப்படி எல்லாவற்றின் மீதும் படர்ந்திருக்கிறதோ தீமை அப்படி எல்லாவற்றிலும் படர்ந்திருக்கிறது என்றார்.

இந்த பூமி
தோன்றி
ஒரே ஒரு நாள் ஆகி உள்ளது எனக்கொண்டால்
என் அன்பே
மனிதன் தோன்றி ஒரு மணி நேரமே ஆகிறது
அந்த ஒரு மணி நேர வாழ்வில்
அவனின் நல்லதனம் அவனுக்கு வந்து

சில நிமிடங்களே ஆயின என்றார். பியோதர் நீங்கள் யேசுவின் குரலில் பேசுகிறீர்கள் என்றேன். நம்முடைய அறங்கள் அழுகிப்போன ஆப்பிள் துண்டுகள். நாம் அதன் ஆதி ருசியை அறிந்ததே இல்லை. நம்முடைய பாவனை எல்லாம் அதன் ருசி பற்றிய முன்னோர்களின் சொற்களால் ஆனது. சரி மகனே உன்னைப் பற்றிச் சொல்...

டெடிபியர்களும்
சேகுவேரா டீசர்ட்டுகளும்
அதிகமாக விற்பனையாகும்
குழப்பமான நகரத்தின்
குழந்தை நான்

என்றேன். ஒவ்வொரு கலைஞனும் தான் ஒரு சிக்கலான காலத்தில் பிறந்திருப்பதாகவே கருதுகிறான். எங்கள் காலம் அவநம்பிக்கைகளின் காலம். பற்றிக்கொள்ளத் தத்துவங்களோ, மானுட விடுதலை என்ற பதம் மீது காதல்களோ அற்ற தனி உடல்களின் கதை இது என்றேன். நண்பர் ஷேக்ஸ்பியர் ஏதோ சொல்ல வர பியோதர் கை அமர்த்தினார். பிறகு இருவரும் அமைதியாக இறங்கிச் சென்றார்கள்... பாஸ் ஒரு செல்ஃபி எடுத்துக்கலாமே என்றார் இளங்கோ கிருஷ்ணன். நான் சிரித்துக்கொண்டே நீ உருப்படியா எழுது அப்புறம் பார்க்கலாம் என்றுவிட்டு விடை கொடுத்தேன்.

கீழ்மை

சமயங்களில் கலைஞர்கள் தங்களுக்கு நன்மை பயக்கும் என்பதற்காக மனசாட்சிக்கு விரோதமான ஒன்றைச் செய்யத் தயங்கமாட்டார்கள். இது அவர்களின் இயல்பான குணங்களில் ஒன்று. இதைச் சரி என்று சொல்லமாட்டேன். ஆனால், இச்சுபாவம் பெரும்பாலான கலைஞர்களிடம், மகத்தான மேதைகள், ஆளுமைகளிடம்கூட உண்டு என்கிறேன். உன்னிடம் உண்டா எனில் நானும் கடந்த காலங்களில் அப்படி நடந்திருக்கிறேன் தான்.

வருந்துவது, வருந்தாதது கடந்து ஒரு குணமாக இது இருக்கிறது என்கிறேன். உண்மையில் இந்த விகாரமும் சேர்ந்ததுதான் மனித மனம்.

இந்த சுயநலம் அவர்களின் உள்ளார்ந்த இயக்கத்துக்குத் தேவைப்படுகிறது. மனிதமனம் விசித்திரமானது. ஒன்றை நோக்கி மேல் மனம் வெறிகொண்டு ஓடும்போதே ஆழ்மனம் அதற்கு எதிராக ஓடுவதையும் ஏக காலத்தில் செய்துகொண்டிருக்கும். ஓர் இயந்திரத் துப்பாக்கியின் ரவைகள் முன்னேறும் வேகத்துக்கு அத்துப்பாக்கி பின் வாங்குவது போன்ற ஒரு இயற்பியல் இது போலும்.

அறத்தைப் பேசும் கலைஞன் அதற்கு முரணாகப் போகும்போது இச்சமூகம் துணுக்குறுகிறது. இத்தனை நாட்களாக நீ பேசியதெல்லாம் என்ன என ஆவேசமாய் அவன் எழுதியதை முகத்தில் விசிறியடிக்கிறது. காறி உமிழ்கிறது. உண்மையில் அவன் அப்படிப் பேசியதும் அப்படி நடந்துகொண்டதும் எதார்த்தத்தின் இரு பக்கங்கள், அவ்வளவே. எது மானுடத்துக்கு உகந்ததோ அதை எடுத்துக்கொண்டு நகர்வது உசிதம்.

எதுவுமே பேசாமல் தங்கள் கலைச் செயல்பாடுகளால் மக்களுக்குப் பிடித்ததை அமைதியாகச் செய்துகொடுத்தபடி நற்புகழ் தேடும் கலைஞர்கள் செயலும் சில சமயம் இப்படிப் பார்க்கப்படுவதுண்டு. அதற்கென அவர்களிடம் ஒரு தர்க்கமும் இருக்கும். சமயங்களில் அது வெறும் சப்பைக்கட்டாய் இருக்கலாம். ஆனால், இதற்கெல்லாம் நாம் காரண, காரிய நோக்கங்களைத் துல்லியமாகச் சொல்லவே முடியாது. அது ஒரு கீழ்மையான மனநிலையிலிருந்துகூட வந்திருக்கலாம். அதனை அறிந்தே அவன் அதைச் செய்தும் இருக்கலாம்.

கீழ்மையை மானுட சுபாவத்தின் குணரூபங்களில் இயல்பான ஒன்றென்று கருதி அதனையும் தங்கள் கலை உரையாடல்களில் சமமாய்ப் பரிசீலிக்கும் கலை மேதைகள் பலர் உண்டு. வியாசன், கம்பன் முதல் ஷேக்ஸ்பியர், தஸ்தாயெவ்ஸ்கி வரை எழுத்தில் இதனைப் பேசியோர் அநேகம். இப்படி கீழ்மையை ஓர் எதார்த்தமாய் ஏற்றுப் பரிசீலிப்பதுமேகூட அது மனதில் நுழைந்து வினையாற்றக் காரணமாகலாம். இதெல்லாம் அனுமானம் மட்டுமே.

அப்படியானால் கலைஞன் சொல்லொன்று செயலொன்று என இருக்கலாமா என்று கேட்டால், கூடாது என்றே சொல்வேன். ஆனால், அது அத்தனை சுலபமல்ல. நான் முன்பே சொன்னதுபோல் அடி ஸ்கேல் வைத்து நேர்கோடு போடுவது போன்றவை இலட்சியவாத சிந்தனைகள். அந்த ஸ்கேலை நீக்கிவிட்டு அக்கோட்டின் மீது வெறும் பென்சிலால் கோடு போடுவது போன்றது வாழ்வு. ஒன்றிரண்டு கோணல்கள் நேராமல் போகாது.

ஒருவன் எத்தனை கோணல்களோடு இருக்கிறான் என்று ஆய்ந்துதான் அவனை மொத்தமாக மதிப்பிட முடியும். வள்ளுவன் சொன்னதுதான். குணம் நாடி, குற்றம் நாடி, அவற்றுள் மிகை நாடி மிக்க கொளல்.

அப்புறம், சுயநலமாய் இருக்கிறான் என்பதற்கெல்லாம் ஒரு கலைஞனுக்கு சிலுவை தர நினைப்பது ஒருவகை முதிர்ச்சியின்மை. ஒருமுறை ஹூலியோ கொர்த்தஸார் சொன்னார் “இங்கு வேறு எவரின் சுயநலத்தைவிடவும் ஒரு கலைஞனின் சுயநலம் அத்தனை கீழ்மையானதோ தீதானதோ அல்ல”

அபிலாஷ்க்கு ஒரு மறுப்பு

ஒரு சமயம் தெரிதா பெங்களூருக்கு வந்திருந்தார். அவர் முன் கட்டுரை வாசித்து அவரை அசத்த வேண்டும் என்று நினைத்த சில அறிவுஜீவிகள் ஷேக்ஸ்பியரை அக்குவேறு ஆணிவேராகக் கிழித்துக் கட்டுடைப்பு செய்தார்கள். கடைசியாகப் பேசிய தெரிதா, 'பாவிகளா! ஷேக்ஸ்பியரரைக் கொலை செய்துவிட்டு ஆங்கில இலக்கியத்தில் வேறு யாரை வாழவைக்கப்போகிறீர்கள்? இதுவா கட்டுடைத்தல்... ஒரு பிரதியை அதன் சூழலில், காலத்தில், அதன் பொருண்மையில் இருந்து விடுவித்து அதை மேலும் விரிவாக்குவது இன்னும் மேம்படுத்திப் புரிந்துகொள்வது அல்லவா அது என்று தலையில் அடித்துக்கொண்டார்... கிட்டத்தட்ட அந்தப் பேராசிரிய அறிவுஜீவிகள் என்ன செய்தார்களோ அதைத்தான் அபிலாஷ் தேவதச்சனுக்குச் செய்திருக்கிறார்.

அபிலாஷ்! உங்களுக்குக் கவிதையியல் பற்றி ஏதும் தெரியவில்லை எனில் அமைதியாக இருக்கலாம். ஏன் இந்த வேண்டாத வேலை. கவிதை அறிவார்த்தமாக இருக்கக்கூடாது என்று யார் சொன்னது உங்களுக்கு? க.நா.சு சரஸ்வதி இதழில் 1950-களில் கவிதையியல் பற்றி ஒரு கட்டுரை எழுதுகிறார். அந்தக் கட்டுரை, கவிதையின் மொழி எப்படி அறிவார்த்தமாக சுண்டக்காய்ச்சியதாக, பிரக்ஞைபூர்வமாக இருக்க வேண்டும் என்று விவாதிக்கிறது. டி.எஸ்.எலியட்டும் எஸ்ராபவுண்டும் சேர்ந்து புதுச்செவ்வியல் (நியோ கிளாசிசம்) என்று கவிதைக்கு சில விதிகள் உருவாக்குகிறார்கள். அதை அனுசரித்தே க.நா.சு அந்தக் விதிகளை வடிவமைக்கிறார். நவீன கவிதை என்றால் படிம உடல், சுண்டக்காய்ச்சிய சொற்கள், கட்டுப்படுத்தப்பட்ட உணர்ச்சி போன்ற விதிகள் அப்படித்தான் உருவாகின...

விஷயம் இப்படி இருக்க நவீன கவிதையில் அறிவே இருக்கக் கூடாது என்பது விதி என்றிருக்கிறீர்கள். அப்படி யார் சொன்னது தமிழில்? மேற்கே அது ரொமாண்டிசிஸ்ட்டுகள் சொன்னது. ரொமாண்டிசிஸ்டுகளைப் பதிலி செய்த வானம்பாடிகள் போன்றவர்கள்கூட அதை இங்கு சொல்லவில்லை. (பிரமிளின் கட்டுரைகளிலேயே அப்படியான சில குறிப்புகள் இருக்கின்றன. ஆனால், அது பொதுவிதி அல்ல, அதை அப்போதே யாரும் பின்பற்றவில்லை).

சரி உங்கள் கட்டுரைக்கே வருகிறேன், தயவுசெய்து பதில் சொல்ல முயற்சி செய்யுங்கள். தமிழின் முக்கியமான ஒரு கவிஞன் மேல் கல்லை எறிந்துவிட்டு ஓடிச்சென்று ஒளிந்துவிட இயலாது.

//முதலில் நான் ஒரு எழுத்தாளனை இன்னொரு எழுத்தாளனுடன் ஒப்பிடவில்லை. தபுசங்கரின் ஒரு வரியை மட்டுமே தேவதச்சனைப் பற்றி பேசுகையில் குறிப்பிட்டேன்.//

இதுவே அபத்தம் இல்லையா அபிலாஷ். எல்லாமே பிரதிதான். சுஜாதா சொல்வதுபோல் லாண்டரிக் கணக்கும் பிரதியே. ஆனால் லாண்டரிக் கணக்கு இலக்கியமாகிவிடுமா அபிலாஷ்? ஓர் இலக்கியப் படைப்பை இன்னொரு இலக்கியப் படைப்புடன் வைத்துப் பேசுவதுதானே முறை. நீங்கள் சொல்கிற ஹெய்டெக்கரோ இன்னொரு சிந்தனையாளரோ இதைச் செய்வார்கள் என நிஜமாகவே நம்புகிறீர்களா?

//ஒருவரை மற்றொருவருடன் ஒப்பிட்டால் அவர் ஒப்பிடத்தக்கவர் (comparable) ஆவதில்லை//

நிஜமாகவே புரியவில்லை. அதான் ஒப்பிட்டாயிற்றே, அப்புறம் எப்படி ஒப்பிடத்தக்கவர் ஆகிவிட மாட்டார்? ஒப்பிடத்தக்கவர் ஆகாவிடில் ஏன் ஒப்பிட வேண்டும்?

//நான் ஹெய்டெக்கரில் இருந்து பேச்சை ஆரம்பித்தேன். மொழியின் கட்டுமானங்களை உடைப்பது தேவதச்சனின் முக்கியமான பங்களிப்பு என்று திரும்பத் திரும்பச் சொன்னேன். அதே பணியை வேறொரு நிலையில் தபு சங்கர் அவ்வரியில் செய்திருப்பதாய் கருதுவதால்தான் அவர் பெயரையும் குறிப்பிட்டேன். விழி-வழி போன்ற சந்த விளையாட்டையும்

தேவதச்சன் செய்வதை நான் குறிப்பிட்டேன். அந்தக் காரணத்துக்காகத் தான் வைரமுத்துவையும் அங்கு குறிப்பிட்டேன்.//

ஹெய்டெக்கரில் இருந்து ஆரம்பித்தீர்கள் சரி... (ஹெய்டெக்கர் எக்ஸ்சிஸ்டென்ஷியலிஸ்ட் அல்லவா? மொழியலுக்குள் எங்கு வந்தார், ஒருவேளை அவரின் ஹெர்மனூட்டிக்ஸ் ஆய்வுக்கட்டுரைகள் அடிப்படையில் சொல்கிறீர்கள் எனக்கொள்ளலாமா?) மொழியின் கட்டுமானங்களை உடைப்பது என்கிற விளையாட்டைக் குறிப்பிட இ.இ.கம்மிங்ஸ் வேண்டாம். ஞானக்கூத்தனையாவது சொல்லலாமே, ஏன் தபுசங்கரும் வைரமுத்துவும் உங்கள் நினைவுக்கு வருகிறார்கள். தபுசங்கரோ வைரமுத்துவோ அவரவர் துறையில் அடையாளங்களை உருவாக்கிக்கொண்டவர்கள்தான். ஆனால், அவர்களின் இலக்கியம் சார்ந்த விழுமியங்கள், வேல்யூஸ் வேறு. தேவதச்சன் வேறு இல்லையா? இலக்கியத்துக்கான வேல்யூஸ் அதன் கூருணர்வில் நுட்பத்தில் இருந்து வருவது. எந்தக் கூருணர்வுமற்றவர்களுடன் எப்படி யோசிக்காமல் ஒப்பிட முடிந்தது? உங்கள் நாவலை அதில் மொழி இயங்கும் நுட்பத்தை ஒரு போர்னோ படத்துடன் ஒப்பிட இயலாது என நம்புகிறீர்களா? ஒப்பிட்டால் அதுவும் பிரதிதானே? எல்லாமே சொல் என்பதற்காக நான் உங்களை எந்தச் சொல்லிலும் அழைத்துவிட இயலுமா? சொற்களுக்கான வேல்யூஸ் எங்கிருந்து வருகிறது? கலையின் பெருமதியும் அங்கிருந்துதான் வருகிறது. ஒரு போதும் ஒரு வசையும் விமர்சனமும் ஒன்றல்ல என்றாவது நம்புவீர்களா? அல்லது இரண்டுமே சம அளவிலான பிரதிதானா? ஒன்றுடன் ஒன்று சொல்லிக்காட்டத் தக்கதுதானா?

//தீவிர இலக்கியத்தில் இம்மாதிரி சொல் விளையாட்டுகள் அனுமதிக்கப்படுவதில்லை//

இதை எல்லாம் உங்களுக்கு யார் சொன்னது? நமது சிற்றிலக்கியங்கள் முழுதும் சொல்விளையாட்டுகள்தான். குற்றாலக் குறவஞ்சி இலக்கியப் பிரதி இல்லை என்று வேறு சொல்வீர்களோ (அதன் மீதான விமர்சனங்கள் வேறு)... நம் தலைமுறையில் மொழி விளையாட்டுகள் கொண்டு எழுதப்பட்ட ஸ்ரீநேசன் கவிதைகள் ஏதும் வாசித்திருக்கிறீர்களா?

//அவ்வகையில் தேவதச்சன் ஒரு முக்கிய பின்நவீனத்துவப் படைப்பாளி ஆகிறார் என்றேன்.//

இதெல்லாம் என்ன அபத்தம் அபிலாஷ்? பின் நவீனத்துவம் வேறு, பின் நவீனம் வேறு. நீங்களோ நானோ பின் நவீன காலத்தில் இருக்கிறோம் ஆனால் பின்நவீனத்துவர்கள் அல்லர். பின் நவீனம் வேறு பின் நவீனத்துவம் வேறு. முன்னது ஒரு வரலாற்றுச் சூழல், பின்னது அந்த சிந்தனைமுறையை ஏற்றுக்கொண்டமை. மொழி குறித்த, கவிதை குறித்த பின் நவீனக் கருத்தியல்கள் என்ன என்பதை தெரிதாவையோ, லியோதார்த்தையோ அல்ல குறைந்தபட்சம் ஜமாலன் கட்டுரைகளைப் (மொழியும் நிலமும்) படித்தாவது தெரிந்து கொள்ளுங்கள்.

//நான் பேசியதைத் தொடர்ந்து இரண்டு முக்கியமான மூத்த எழுத்தாளர்கள் என்னிடம் பேசினார்கள். இருவருமே தேவதச்சனைத் தனிப்பட்ட முறையில் அறிந்தவர்கள். தேவதச்சன் வெகுஜன எழுத்தைக் கவனமாய் வாசிக்கிறார். அவருக்கு அதில் மிகுந்த ஆர்வம் உண்டு. அவர் தெரிந்தே வெகுஜன எழுத்தின் சில தந்திரங்களை இலக்கிய எழுத்தில் கொணர்கிறார் என அவர்கள் தெரிவித்தனர். நீங்கள் பேசியதை தேவதச்சன் ரசித்திருக்கவே வாய்ப்பதிகம் என அவர்கள் என்னிடம் சொன்னார்கள்.//

யார் அந்த எழுத்தாளர்கள், ஏன் கிசுகிசுவைப் போல் எழுத வேண்டும் அபிலாஷ்? தேவதச்சன் வெகுஜன எழுத்தின் தந்திரங்களை உபயோகிக்க வேண்டியதன் தேவை என்ன? அதை ஏன் தந்திரம் என்கிறீர்கள். தேவதச்சன் வெகுசன எழுத்தாளர்களிடம் எடுத்துக்கொள்ள எதுவுமே இல்லை. ஏன் இல்லாத ஒன்றைப் போலியாகப் புனைந்து அவரை அவமானப்படுத்துகிறீர்கள்?

//இன்றைய விமர்சகர்கள் இலக்கிய எழுத்து, வெகுஜன எழுத்து எனப் பிரித்துப் பார்ப்பதில்லை. எளிய விளம்பர வாக்கியங்களை முன்வைத்தே பெரும் ஆய்வுகள் நடக்கின்றன. கட்டிட அமைப்பு, ஒரு மனிதன் தன் வீட்டுக்குள் பொருட்களை அடுக்கி வைக்கும் விதத்தை வைத்தே கூட தத்துவ ஆய்வுகள் நடக்கும் காலம் இது. போன வருடம் சென்னைப் பல்கலையில்

ஒரு மாணவி நவீன சேலைகள் பற்றி ஆய்வு செய்து இலக்கியத்தில் முனைவர் பட்டம் வாங்கினார். அவர் தன் உரையில் முக்கியமான இலக்கியவாதிகளையும் கருத்தாளர்களையும் தாராளமாய் குறிப்பிட்டார். நீங்கள் அன்று மேடையில் இருந்திருந்தால் அவருக்குப் பட்டம் வழங்கப்படுவதை தடுத்திருப்பீர்களா?//

எந்த விமர்சகர்கள் அப்படி இலக்கிய எழுத்தையும் வெகுஜன எழுத்தையும் பிரித்துப்பார்ப்பதில்லை எனச் சொல்ல முடியுமா? எளிய விளம்பர வாக்கியங்களை வைத்து என்ன மாதிரியான ஆய்வுகள் நடக்கின்றன, அதற்கும் கலையியலுக்கும் என்ன சம்பந்தம்? நவீன சேலைகள் பற்றிய ஆய்வில் மட்டும் அல்ல. வானியல், நட்சத்திரவியல், மனிதக் கழிவுகளை மனிதனே அள்ளுவதைப் பற்றிய கட்டுரைகள், பட்டுப்புழு வளர்ப்பு, பென்சன்தாரர் சங்கங்களின் செயல்பாடுகள், காண்டம் விற்பனை பற்றிய தேசிய அறிக்கை என எதிலும் நவீன கவிதை, இலக்கியங்களில் இருந்து மேற்கோள் காட்ட முடியும்தான். அதற்காக அவை இலக்கிய விமர்சனமாக இலக்கியப் பிரதியாக மாறுமா என்ன?

//ஸிஸெக் ஒரு முக்கியமான சமகால தத்துவச் சிந்தனையாளர். கார்ல் மார்க்ஸ், லகான், இமானுவல் காண்ட் ஆகியோர் அவரது முன்னோடிகள். அவர் பேட்மேன் படங்களைப் பற்றி விரிவாய் ஆய்வு செய்து எழுதுகிறார். அவர் கீஸ்லாவஸ்கி பற்றி எழுதுவதில்லை. அவர் கமர்ஷியல் படங்கள் பற்றி எழுதி தத்துவ முன்னோடிகளை அவமதிப்பதாய் யாரும் கூறுவதில்லை.//

ஸிஸெக் மட்டும் அல்ல, பாப்புலர் கல்ச்சர் பற்றி எத்தனையோ சிந்தனையாளர்கள் எழுதவே செய்துள்ளார்கள். அதெல்லாம் வேறு, ஆனால் கீஸ்லாவ்ஸ்கியின் படங்களை பேட்மேனுடன் ஒப்பிட்டு ஒருபோதும் யாரும் பேச மாட்டார்கள். அது அறியாமை. ஆய்வுமுறை அல்ல.

//பிரதியே முக்கியம், படைப்பாளி அல்ல எனும் நிலைப்பாட்டுக்கு விமர்சகர்கள் வந்து கிட்டத்தட்ட அரைநூற்றாண்டு ஆகி விட்டது. ஆனால் (தமிழில் பின்நவீனத்துவ எழுத்தை முன்னெடுத்த ஆளுமைகளில்

ஒருவரான) நீங்கள் ஏன் தேவதச்சனின் வரிகளை உலகக் கவிஞர்களுடன் மட்டுமே ஒப்பிட வேண்டும் என அடம் பிடிக்கிறீர்கள் எனப் புரியவில்லை//

ஆசிரியனின் மரணம் என்பதன் பொருள் பிரதியைக் குப்பையில் போட்டுப் புரட்டுதல் அன்று அபிலாஷ். அதை இன்னமும் அர்த்தப்பூர்வமாக்குவது. மேம்படுத்துவது. நீங்கள் செய்திருப்பது ஓர் அசிங்கம். இதை நியாயப்படுத்தவேறு முடிகிறது உங்களால்,,,

//ரசனை மட்டுமே உங்கள் அளவுகோல். நான் நேர்மாறானவன். மொழி, வடிவம், தொனி, கருத்துநிலை/ தத்துவம் ஆகிய அளவுகளில் மட்டுமே நான் படைப்பாளிகளை ஒப்பிடுவேன்.//

இதெல்லாம் மரண காமெடி பாஸ், அதான் வரலையே, விடவேண்டியதுதானே? (உங்களுக்கு விமர்சனத்தின் அடிப்படைகளே புரியவில்லை அபிலாஷ். ஸாரி)

//எனக்கு தமிழ்க் கவிஞன், ஐரோப்பிய கவிஞன், உயிர்மை, காலச்சுவடில் எழுதும் கவிஞன், விகடன், குங்குமத்தில் எழுதும் கவிஞன் எனப் பாகுபடுத்தி, ஒருவர் மேலானவர், இன்னொருவர் "பெயர் குறிப்பிடக் கூடத் தகுதியற்றவர்" என தீட்டு பார்ப்பதில் விருப்பம் இல்லை. எழுதப்படுவது அனைத்தும் ஒரு கலாச்சார பிரதி என்ற நிலையில் எனக்கு முக்கியமானவையே. நான் தினத்தந்தி செய்தியைக் கூட கவனமாய்படித்து, அதன் சொற்களை, அவற்றின் அடுக்கை ஆய்வு செய்ய விருப்பம் கொள்வேன். அதே ஆர்வத்துடன் தான் பிரமிளையும், தேவதச்சனையும் படிப்பேன்.//

இதை எல்லாம் கோட்பாட்டு விமர்சனம் செய்பவர்கள்கூட சிந்திக்க மாட்டார்கள். கன்ஸ்ட்ரக்ட்டிவ் கிரிட்டிசிஸம் என்றோர் சொற்பதம் உண்டு. அதன் அடிப்படைகளையாவது தெரிந்து கொள்ளுங்கள் அபிலாஷ்.

//ஞாயிறு இரவு ஒரு மூத்த படைப்பாளி என்னை அழைத்து "எஸ்.ராமகிருஷ்ணன் ஒரு conservative ஆன நபர். அவர் தான் இருக்கும் கூட்டத்தில் சமகால விமர்சன முறைகளை ஒரு போதும் அனுமதிக்க மாட்டார். அவர் கோபப்பட்டதில் ஆச்சரியமில்லை" என்றார்.//

இது ஒரு கதாபாத்திரப் படுகொலை. சற்றும் பொறுப்பு இல்லாமல் ஆய்வுக்கட்டுரை என்ற பெயரில் நீங்கள் உளறிக்கொட்டியதை கண்டித்ததுக்கு ராமகிருஷ்ணனை மர்டர் செய்கிறீர்கள். சரி, யார் அந்த மூத்த படைப்பாளி? ஏன் இப்படி கிசுகிசுபோல எழுதுகிறீர்கள்? கிணற்றை ஆழம் பார்க்க ஊரான் வீட்டுப் பிள்ளையை இறக்குவது போல, ராமகிருஷ்ணனைத் திட்டினால் எவ்வளவு அடிவிழும் எனப் பார்க்கவா அந்த மூத்த படைப்பாளியை இறக்கிவிட்டிருக்கிறீர்கள்?

தேவதை

Angel என்ற சொல்லைத் தேவதை என்று மொழி பெயர்ப்பது, பீஸாவை தோசை என்று மொழி பெயர்ப்பதைப் போல கொஞ்சம் அபத்தமானது. காரணம் இரண்டும் இரு வேறு பண்பாடுகளின் தொன்மங்கள்.

இரண்டுக்கும் உள்ள ஒரே ஒற்றுமை இரண்டுமே மனிதர்களைக் குறிக்காது, அமானுடர்களைக் (extraterrestrial) குறிப்பவை என்பதுதான்.

மேற்கின் ஏஞ்சல் என்பது ஆணுமல்ல; பெண்ணுமல்ல. அவர்களுக்குப் பால் நிலை கிடையாது. பழங்கால கிரேக்க, ரோமானிய இலக்கியங்கள், ஓவியங்களில் ஆணின் முகமும் பெண் போன்ற மார்பகங்களும் கொண்ட ஏஞ்சல்கள் வருவதைக் காணலாம். டிவைன் காமெடியில் தாந்தே, ஆண் கவிஞரான விர்ஜிலை ஏஞ்சல் என்றே சொல்கிறார். இங்கு எந்த ஆணையாவது யாராவது தேவதை என்று சொல்லியிருக்கிறார்களா என்றால், எனக்குத் தெரிந்து கிடையாது.

ஏஞ்சல் குணம் என்பது நம் மரபின் கலைச் சொல்லில் சொன்னால் சாத்வீகமும், தெய்வீகமும், இணக்கமும், அன்பும் நிறைந்தது. அது பால் பேதமற்றது. அனைத்துப் பாலருக்கும் பொதுவானது.

ஆரிய மொழிகளில் எல்லாப் பெயர்ச்சொற்களையும் ஆண், பெண் பண்பு கொண்டதாகப் பிரிப்பது வழக்கம்.

மென்மை, அழகு, வசீகரம், நறுமணம் உள்ளிட்ட இனிய உணர்வுகளைத் தரும் பெயர்ச்சொற்கள் பெண் தன்மை கொண்டவை.

கரடுமுரடான, எதிர்மறையான, வசீகரமற்ற இனிமையற்ற உணர்வைத் தரும் பெயர்ச்சொற்கள் ஆண் தன்மை கொண்டவை என்று அவர்கள் பிரிப்பார்கள் (இது ஓர் எளிய வரையறைதான்). அப்படித்தான் தேவதை என்ற சொல் பெண் தன்மை கொண்டதாகப் புரிந்துகொள்ளப்பட்டிருக்கிறது.

பின்னாட்களில், அநேகமாய் மறுமலர்ச்சி யுகத்துக்குப் பிறகாய் இருக்கலாம்... ஏஞ்சல் என்பதைப் பெண்ணின் முகமாகவே வரையத் தொடங்கினார்கள் சில ரொமாண்டிசிஸ ஓவியர்கள்.

தேவதை என்ற சொல்லோ இந்திய மரபில் வருவது. தேவ என்றால் மேல் உலகைச் சேர்ந்த உயிர், தை என்றால் பெண். அந்த இரு சொற்களின் கூட்டிணைவுதான் தேவதை. தேவர் என்ற மேல் உலக ஆண்கள் போன்ற அவ்வுலகின் பெண் பால் உயிர்கள். அவர்கள் நிச்சயம் மானுடப் பண்பு கொண்டவர்கள் அல்ல.

ஏஞ்சலை தேவதை என்று மொழி பெயர்த்ததும் இரண்டும் ஒன்றெனப் புரிந்துகொண்டதும் சென்ற நூற்றாண்டுக் குழப்பம். நம் தமிழ்க் கவிஞர்களின் கொடை தேவதையும் ஏஞ்சலும் ஒன்றென்ற புரிதல். ராட்சஷி என்ற சொல்லுக்கு மகிழ்ந்தால் தேவதை என்ற சொல்லுக்கும் மகிழலாம். இரண்டும் சுட்டுவது ஒரே பொருளைத்தான்... அமானுடம்.

வசந்தம் வந்தது

மலைக் காடெங்கும் பொன்னெழில் கொப்பளித்துக் கிடக்கிறது. கூதிரில் தன் கவின் நலம் கெட உதிர்ந்த தாவரங்கள் முளைக்கவா எனக் கேட்ட திங்கள் போய், அவையெலாம் திடுமெனத் தளிர்த்த மாசியும் பங்குனியும் கடந்தன.

கொன்றைகளில் பொன் பெருகவும், வேம்புகளில் தேன்பூக்கள் திரளவும் வருகிறது வேனில். வேம்பு எனும் கசப்பின் முலைகளிலும் இனிப்பைச் சுரக்கச் செய்யும் வசந்தம். திசையெங்கும் பசுமை. வனமெங்கும் குதுகலம். இலையோ பூவோ காயோ இல்லாத தாவரமே எங்கும் இல்லை. மகிழ்ச்சியில் புள்ளினங்கள் கூவித் திரிகின்றன.

சற்றே பெரிய குன்று. உச்சியில் ஒரு வேங்கை மரம். அதன் மடியில் ஒரு சிறிய கரும்பாறை. அடிவாரத்தில் மலை ஏறிக்கொண்டிருக்கிறது ஒரு யானைக் கூட்டம். காற்று வீசி வீசி வேங்கைப் பூக்களை உதிர்க்கிறது. கன்னங்கரிய பாறையில் உதிரும் வேங்கைப் பூக்கள் தொலைவிலிருந்து பார்க்க வேங்கைப் புலியாய் தெரிகிறது ஒரு யானைக் கன்றுக்கு... அவ்வளவுதான் சிறுகை உயர்த்தி, சிறு பிளிறல் போட்டு சண்டைக்குத் தயாராய் ஓடி வருகிறது அந்த சின்னக் கன்று. மந்திகள் கைகொட்டிச் சிரிக்கின்றன.

அவை கிழங்குகள் தோண்டி எடுத்த குழிகளில் வேங்கைப் பூக்கள் நிறைந்திருக்க பள்ளத்தை அறியாது கால் வைத்த மந்திகள் தடுக்கி விழ அதற்கும் கைகொட்டிச் சிரிக்கின்றன.

மலைச் சரிவில் வேங்கை மரங்களில் அமர்ந்திருக்கும் குரங்குகளில் ஒன்று, பாறை உரசிப்போகும் மேகத்தை நாரத்தைக் கொடியால் விளாசி விளாசி விரட்ட அதற்கும் அத்தனை சிரிப்பு. பூக்கள் சிரிக்கின்றன, புள்ளினங்கள்

இளங்கோ கிருஷ்ணன்

சிரிக்கின்றன, காடு சிரிக்கிறது. வசந்தம் சிரிக்கிறது. கவிமை சிரிக்கிறது. ரதி சிரிக்கிறது.

வாழ்வின் மீதான விருப்புறுதியே ரதி. வாழ்வதற்கான வேட்கையே ரதி, வாழ்வின் அர்த்தமே ரதி, வாழ்க்கையின் மீதான பிடிப்பும் காமமுமே ரதி. அதுவே படைப்பின் ஆதார விசை.

திணை என்றும் பொழுதென்றும் வாழ்வை வகுத்த எம் முன்னோனுக்கு இது தெரிந்திருந்தது. அதனாலேயே அவன் வசந்தத்தைக் கொண்டாடினான். சித்திரையைக் கொண்டாடினான். ரதி பெருகட்டும்...

Art is long, life is short. ஹிப்பாக்ரெட்டிஸின் இந்த வரிகளை வாசிக்கும் போதெல்லாம் என் அகம் விரியும். ஒரு மருத்துவன் தன் மாணவனுக்குச் சொன்ன வரிகள் இவை. ஆனால், எதையும் விரித்தெடுத்து யோசிக்கும் பண்பு கொண்ட என் மனம் இதனை அப்படியே எடுத்துக்கொள்வதில்லை. கலை என்பது துறையார்ந்த அறிவு மட்டுமல்ல; வாழ்வென்பது வெறும் மானுட வாழ்வு மட்டுமல்ல.

இம்மண் மீது மானுடர் சமைத்த யாவும் கலைதான். இப்பிரபஞ்சத்தில் இயற்கை சமைத்தவை யாவும் அதன் கலைதான். அதைப் புரிவதற்கான ஒற்றை மானுட வாழ்வும், மனித குல வாழ்வும்தான் அக்கலை முன் சிறியன.

காலம் ஒரு வெளியாய் சமைத்து வைத்திருப்பவற்றை காலத்துள் புரிகுவமோ என்ற வியப்பே இவ்வரி.

ஆக்கியோன் போனாலும் ஆக்கியது போகாது. ஆக்கியது போனாலும் ஆக்கிய கலை போகாது என்றும் வாசிக்கலாம்.

காலத்தின் முன், இயற்கையின் முன் அதன் கலையின் முன் நாம் எத்தனை சிறியவர்கள் என்பதை காலம் நமக்குக் காட்டும் காலம் இது.

அன்பைத் தவிர இங்கு நிகழும் எந்த பைத்தியகாரத்தனத்துக்கும் ஒரு பொருளுமில்லை. அன்போடு வாழ்வது மட்டுமே அர்த்தமற்ற இவ்வாழ்வை நிம்மதியாய் வாழ்வதற்கான ஒரே குறுக்கு வழி.

மனிதர்க்கு மனிதர் வெறுப்பை வளர்ப்பது எளிது. அதிலும் கடுமையான காலங்களில் நம் சுபாவமான கீழ்மைகள் மிக இயல்பாகவே வெளிப்படும். ஓர் எளிய வெறுப்புச் சொல் மற்ற நாட்களைவிட ஆயிரம் மடங்கு அர்த்தமுடன் இந்நாட்களில் கனக்கும். ஏனெனில் நாம் போதுமான அளவு சோர்வுற்றிருப்போம். நம் இயலாமையில் வெந்திருப்போம். நம் கசப்பில் நுரைத்திருப்போம். எனவே, ஒரு சொல்லை அதன் திசையை உணராமலேயே சுமக்கவும், வெடிக்கச் செய்யவும் தயாராகிவிடுவோம்.

நிதானமும் அமைதியும் உறுதியும் நிறைந்த மனங்களே இன்றைய தேவை. எல்லாவற்றிலும் வாழ்வைப் பார்க்கும் நேர்மறையை ரதி என்கிறது ஆயுர்வேதம். ரதி என்பது படைப்புதான். வாழ்வின் மீதான பற்றுருதியே ரதி. வாழ்வதற்கான காமமே ரதி, அதை அடைவதற்கான வழிமுறை அன்பைத் தவிர எதுவுமே இல்லை.

நிலத்தையும் பொழுதையும் வகுத்துத் தொழுத எம் முன்னோன், யானைக் கன்றுகள் புலி என வெருவப் பூக்கும் வேங்கையும், பொன் சொரியும் வேம்பும் கொன்றையும் பூக்க வேனில் எனும் வசந்தம் வந்ததெனக் கொண்டாடிய இந்த அன்பின் சித்திரையில் ஒவ்வொருவர் வாழ்விலும் வசந்தம் பிறக்கட்டும்.

பிரதி அடையாளம்

ஓர் எழுத்தாளர் தாம் எழுதிய நூல் ஒன்றைத் தன் சக படைப்பாளிக்குக் கையொப்பமிட்டுத் தருவதை அரிய நூல் சேகரிப்பாளர்கள் இணை பிரதி (Association copy) என்பார்கள்.

நூலை எழுதியவர் என்றில்லை அதைப் பதிப்பித்தவர், அதில் முன்னுரை, அணிந்துரை, மதிப்புரை, பின் அட்டை வாசகம் எழுதியவர்கள் தங்கள் சக இலக்கியப் படைப்பாளிக்குத் தருவதையும் இதே பெயரில்தான் விளிப்பார்கள்.

எழுத்தாளர்கள் தங்களது வாசகர்கள், நண்பர்கள், உறவினர்களுக்குத் தருவது அன்பளிப்புப் பிரதிகள் (Presentation copy)

இன்று, மேலே சொன்ன இரண்டு வகைகளையுமே Complimentary copy என்ற சொல்லாலேயே குறிப்பிடுகிறார்கள்.

இப்படிக் கையொப்பம் இடும் பிரதிகளில் எழுத்தாளர்கள் ஏதேனும் வாசகங்களை எழுதிக் கொடுப்பதை Epigraph என்கிறார்கள். அதேபோல், நூலின் முகப்பில் கதையோ, கட்டுரையோ தொடங்கும் முன் அச்சிடப்படும் சிறு வாசகமும் Epigraph தான். இப்படி, அச்சடிக்கப்படும் எபிகிராஃப்கள் அந்த நூலின் மையத்தைப் பற்றியதாக பொதுவாக இருக்கும். ஆனால், நூலாசிரியர் எழுதிக் கையொப்பமிடும் எபிகிராஃப்கள் இப்படி இருக்க வேண்டியதில்லை.

இப்படி ஓர் ஆளுமை இன்னோர் ஆளுமைக்குக் கையொப்பமிட்ட பிரதிகளுக்கு அரிய நூல் சேகரிப்பாளர்களிடம் நல்ல மதிப்புண்டு. அது அந்த இருவரின் செல்வாக்குக்கு ஏற்ப மாறுபடும்.

வெறும் கையொப்பம் இருந்தால் ஒரு மதிப்பு. எபிகிராஃப் உடன் இருந்தால் மதிப்பு இன்னமும் அதிகம். ஆனால், இது எல்லாம் மேற்கில்தான் இங்கே இல்லை.

கலைஞன் என்றால் கஞ்சிக்கு வழியற்று செத்துப்போ இல்லையேல் சினிமாவில் போய் கும்மாங்குத்து குத்து என்று சொல்லும் நம் ஊரில் ஒரு படைப்பாளி இன்னொருவரிடம் தன் நூலை எப்படித் தர வேண்டியிருக்கிறது என்பதற்கு நண்பன் ந.முத்துக்குமார் எழுதிய வசை போலும் கவிதை ஒன்றே சான்று. அறியாதோர் அது என்ன கவிதை என்று அறிந்தாரிடம் கேட்டு அறிந்துகொள்ளவும்.

மேற்கே, இந்த அசோஷியேசன் பிரதிகளுக்குத் தனி அந்தஸ்து உண்டு. வி.எஸ்.நைபாலுக்குக் கையொப்பமிட்டுக் கொடுத்த தம் நூற் பிரதிகள் ஒரு நூல் சேகரிப்பாளரிடம் இருப்பதைக் கேள்விப்பட்டு பால் தொரோ அவரை ஒரு பிடிபிடித்தார் என்பார்கள்.

டான் குயிக்சாட் பிரதிகளில் செர்வாண்டிஸ், ரூபாய்த் தாளில் சத்தியமா இது நல்ல நோட்டுப்பா என ரிசர்வ் வங்கி கவர்னர் சத்தியம் செய்வதைப் போல அச்சிட்டுக் கையொப்பமிட்டிருந்தாராம்.

தமிழில் சில சுவாரஸ்யமான எபிகிராஃப்கள் உள்ளன. அதில் இரண்டு க.நா.சு, புதுமைப்பித்தனுக்கு எழுதியவை.

அல்லயன்ஸ் வெளியிட்ட கலைக்கோவை என்ற சிறுகதைத் தொகுப்பில் மொத்தம் நாற்பது எழுத்தாளர்களின் நாற்பது கதைகள் இருக்கின்றன. அதைப் புதுமைப்பித்தனுக்குக் கொடுக்கும் க.நா.சு "சொ.விக்கு, 39 கதைகளைப் படிக்க வேண்டாம். என்னுடையதை மட்டும் படித்தால் போதும்" என்று எழுதிக் கையொப்பமிட்டிருந்தார்.

இன்னொன்று க.நா.சு வின் சிறுகதைகள், அதே பதிப்பகம் வெளியிடுகிறது. அதில், "குருவிடமிருந்து சிஷ்யனுக்கா அல்லது சிஷ்யனிடமிருந்து குருவுக்கா?" என்று எழுதியிருக்கிறார்.

எனக்குப் புவியரசு தனது புல்லாங்குழலே உள்ளிட்ட தொகுப்புகளில் எழுதிக்கொடுத்தது. "பற பற பற... மேலே... மேலே... மேலே..."

ஓர் எழுத்தாளர் இன்னொரு எழுத்தாளருக்குத் தன் நாவலில் இப்படி எழுதிக்கொடுத்தார். "நன்றிடா! நீ சொன்ன திருத்தங்களை எல்லாம் சேர்த்திருந்தா இது குப்பையாகியிருக்கும்"

கையில் எழுதித் தரும் எபிகிராஃப் அளவுக்கே அச்சில் முன்குறிப்பு போல் வரும் எபிகிராஃப்களும் சுவாரஸ்யமானவை. பல நாவல்களுக்கு அது ஒரு சாவி போல... பதிவின் நீளம் கருதி உடனடியாகத் தோன்றும் இரண்டு மட்டும் இங்கே...

சாவான பாவம் மேல்
வாழ்வெனக்கு வந்ததடி
நோவான நோவெடுத்து
நெஞ்செறிஞ்சு வாழுறண்டி

- ஏழாம் உலகம் (ஜெயமோகன்)

எகிப்திலே புதை குழிகள் இல்லை என்றா இந்த வனாந்தரத்துக்கு எம்மை வழி நடத்தினீர் (விவிலியம்)

- ம் (ஷோபா சக்தி)

நண்பர் பிரதாப ருத்ரன் அவர்களின் பதிவும் என் பார்வையும்...

பிரம்மராஜன் : கவிதைகள் சில சமயம் அரூபத்தன்மை பெறுகின்றன. எடுத்துக்காட்டா abstract paintings போல, நம் ராகங்களின் வடிவைப் போல, Symphoniesஐ போல, இந்த மாதிரியா இருப்பதற்கு வேறுபட்ட அர்த்தங்களைக் கொடுக்கறாங்க. அதாவது கவிஞர் intend பண்ணாத அர்த்தங்களை வேற கொடுக்க வேண்டியிருக்கு. அப்படிக் கொடுக்கும்போது கவிஞனின் கவித்துவக் கருத்துருவத்துக்குப் பாதகம் விளையாதா? அவன் என்ன நினைச்சான்கறதுக்கு?

ஆத்மாநாம் : எந்த விதமான பாதகமும் விளையாது.

பிரம்மராஜன் : எப்படி?

ஆத்மாநாம் : ஒரு கவிதைக்கு நாலு பேர் நாலு விதமான பொருள் கொடுக்கறாங்கன்னு வச்சுப்போம். இவன் இவனுக்கு intuitiveஆகப் புரியற போதுதான் அந்தக் கவிதைக்கு ஒரு பொருளைக் கொடுக்க முடியும். அதுவரைக்கும் அந்த நாலு பேர் கொடுக்கறதையும் இவன் ஒரு listener எப்படி respond பண்றாங்கிற levelல அதை observe பண்ணுவானே ஒழிய இவன் அதை interpret பண்ணலை. நாலு பேர் நாலு பொருளைக் கொடுக்கறாங்க. நாலு பேரும் நாலு different persons ஆக இருக்கறதால அவங்கவங்க தங்கள் life styleக்கு ஏத்தபடி அதுக்குப் பொருளைக் கொடுக்க முடியும். So அந்த நாலு interpretationsம் அவங்கவங்க அளவிலே சரி, தப்புன்னு கணிக்க முடியாது. இந்தப் புரியாத தன்மைங்கறது ஒரு மனுஷனுக்கு ஆதிகாலத்துல இருந்து இன்னிவரைக்கும் இருந்திண்டுருக்கற விஷயம். இந்த வாழ்க்கையே எனக்கு

விளங்கலை, இதுக்குப் பொருளே இல்லை, அப்படின்னு சொல்ற தன்மை பல ஆயிரக்கணக்கான வருஷங்களாகவே இருந்திட்டிருக்கு. இந்த வாழ்க்கைக்கான அர்த்தத்துக்குத்தான் பல சமயங்களும், பல புத்தங்களும், பல இலக்கியங்களும் முயற்சி செய்யறது. அதனால இந்த வாழ்க்கைக்கான முழுப்பொருளை அவன் எந்த அளவுக்குத் தன்னோட வாழ்க்கைக்கு நேர்மையானவனா இருக்கான்கறதை வச்சுதான் கணிக்க முடியும். மத்தபடி எந்த விதமான அளவுகோலும் இருக்கவே முடியாது. So நாலு பேர் நாலு விதமா பொருள் கொடுத்தாலும்கூட அந்தக் கவிதைக்கு என்னிக்காவது ஒரு நாள் சரியானபொருள் கிடைக்கும்னே நான் நினைக்கிறேன்.

பிரம்மராஜன் : அதாவது அந்தக் கவிஞர் intend பண்ணின அளவுக்கு அந்த meaning இருக்குமா? இல்லை அதைவிடவும் அழகாகூடக் கொடுக்க முடியுமா?

ஆத்மாநாம் : ம்ம் அதைவிட அழகாகக்கூடக் கொடுக்க முடியும்...

(14.04.1983 அன்று பிரம்மராஜன் - ஆத்மாநாம் இருவருக்குமிடையிலான கவிதைகள் பற்றிய உரையாடல்களிலிருந்து ஒரு பகுதி)

★★★

இனி இது தொடர்பான என் பார்வை...

இந்தக் கேள்வி இத்தனை வருடங்களில் வேறு வேறு சொற்களில் கேட்கப்பட்டுக்கொண்டே இருக்கிறது. பிரம்மராஜன் இதனை மிகச் சரியான பொருளில் கேட்கிறார். அதாவது கவிதை உருவாக்கும் புரியாமை அல்லது புதிர்த்தன்மை எப்படி இசையின் பண்புக்கு அல்லது ஓவியத்தின் பண்புக்கு இணையானதாக இருக்கிறது என்று குறிப்பிட்டுக் கேட்கிறார். கேள்வியாகவே இது ஒரு முக்கியமான அவதானம். இசை குறிப்புணர்த்தும் உணர்வுநிலையின் பண்பு ஒரே சமயத்தில் துல்லியமானதாகவும் பன்முகமமானதாகவும் இருக்கிறது. அதனால்தான் அதனை மனிதர் முதல் விலங்குகள் வரை (இவ்விடம் மிருகம் என்ற சொல் அந்நியமாய் உள்ளது) அனைத்துமே இசையில் மயங்கி நிற்கின்றன. இசை

குறிப்புணர்த்தும் அல்லது சென்று தைக்கும் உணர்வு என்று ஏதும் உள்ளதா என்று கேட்டால் ஆமாம் உள்ளது என்றுதான் சொல்ல வேண்டும்.

கவிதை போன்ற கலைவடிவத்தில் இயங்கும் சொற்கள் எனும் குறியியக்கங்கள் குறிப்புணர்த்துவதைவிடவும் மேலதிகத் துல்லியமாகவும் நுட்பமாகவுமே ஒரு மனதை இசை தொடுகிறது. அதனால்தான் அதன் கிளர்ச்சியும் ஒப்பீட்டளவில் கவிதையைவிட அதிகமானதாக உள்ளது. அதே சமயத்தில் இசை அவ்வளவு துல்லியமாக ஒற்றை உணர்வைத்தான் தொடுகிறதா என்று கேட்டால் அதற்குத் தெளிவான பதிலைச் சொல்வது கடினம். ஏனெனில் நாம் அடைகிற அதே பரவச நிலையை அல்லது அதைப் போன்ற ஒரு பரவச நிலையை, அதே இசையைக் கேட்கிற இன்னொரு மனமும் அடைய முடியும் என்ற இடத்தில் இசையின் துல்லியத்தன்மை எத்தகையது என்கிற புரிதலில் குழப்பம் வந்துவிடுகிறது.

அதனால்தான் இசை ஒரே சமயத்தில் துல்லியமாகவும் பன்முகமாகவும் உணர்வைத் தொடும் திறன் கொண்டுள்ளது என்கிறேன். ஜார்ஜ் தாம்சன் போன்ற சிந்தனையாளர்கள். இசையின் இந்த நுட்பமான பண்பை வியந்துதான், ‘எல்லாக் கலைகளும் இசையின் பண்பை அடைய விழைகின்றன‘ என்கிறார்கள். பீத்தோவானின் தர்க்க கணிதம் ஒன்று கலையாக மாறும் மேஜிக் இசையில்தான் பிரமாதமாக நிகழ்கிறது. காட்சியை அல்லது ஓவியத்தை விடவுமேகூட அதில் மிகச் சிறப்பாக இந்த மாற்றம் நிகழ்கிறது. அதாவது தர்க்கம் ஒன்று கலையாக மாறும் அசாதாரண கனம்.

இசையின் அளவுக்கு இல்லாவிடினும் நவீன கவிதை சமயங்களில் இந்த எல்லையைத் தொடவே முயல்கிறது. அதாவது இசையின் துல்லியமும் பன்முகமும் இணைந்த ஒரு நிலை. இவ்விடத்தில் உருவாகும் புரியாமை அல்லது புதிர்தான் வாசகனைத் திகைக்க வைக்கிறது அல்லது குழப்புகிறது. இசை கேட்கும்போது, இது என்னுள் என்ன உணர்வைக் கிளறுகிறது. இதன் பொருள் என்ன? நான் எதைச் சிந்திக்கிறேன் என்று தர்க்கப்படுத்தாமல் அதன் உணர்வுப் பிரவாகத்தின் சரளத்தில் கசிந்துருகும் மனம்கூட நவீன கவிதை என்று வரும்போது

தடுமாறுகிறது. இது ஏன் புரியவில்லை என்று கேட்கிறோம். புரியாவிட்டால் சரியில்லையே என்கிறோம். ஒவ்வொருவருக்கும் ஒவ்வொரு மாதிரிப் புரிந்தால் அது எப்படிச் சரியாகும்? கவிஞனின் ஆதாரக் கவித்துவத்தை இழந்தால் அது அந்தக் கவிதைக்கு நட்டமில்லையா? கவிஞனுக்கு நட்டமில்லையா என்று குழம்புகிறோம்.

உண்மையில், இந்த அனர்த்தங்கள் எல்லாம் கவிதை சொற்களை நம்பி இயங்குவதால் வரும் கோளாறு. சொற்கள் இயல்பாக தர்க்கப்பண்பு கொண்டவை. காரண காரியப் பண்புடையவை. சொற்களுக்கும் அதன் அர்த்தத்துக்குமான உறவு பற்றி சசூர் விளக்கியதையே எடுத்துக்கொள்வோம். சசூர் சொல்லும் பொருளும் நேர்த் தொடர்பு அல்லது இயல்பான தொடர்பு கொண்டவை அல்ல என்கிறார். அவை இடுகுறிப் பண்பு கொண்டவை. ஒரு சொல்லுக்கான பொருள் இன்னதென விளக்க ஒட்டுமொத்த அகராதியையும் கொட்டிக் கவிழ்க்க வேண்டும் என்கிறார் தெரிதா. சொல் எனும் குறியியக்கம் அவ்வளவு தர்க்கமானது. ஆனால், இசையின் குறிகள் அத்தகையவை அல்ல. அவை ஆழமனதில் லிங்கூ எனப்படும் உள்மொழியோடு தொடர்பு கொள்பவை. அதனால், அதை நாம் தர்க்கப்படுத்திக்கொள்ள முயல்வதில்லை. வெறுமனே நம்முள் அந்த இசை கிளர்த்தும் உணர்வுகள் நிகழ அனுமதித்து பரவசமாய் அமர்ந்திருக்கிறோம்.

நவீன கவிதைகள் இதைச் செய்ய முயலும்போது நம் தர்க்க மனம் இடையீடு செய்கிறது. ஆத்மாநாம் இந்தக் கேள்வியை வேறொரு பக்கம் இருந்து அணுகுகிறார். வாழ்வின் புரிபடாத தன்மை என்ற தத்துவார்த்த தளத்திலிருந்து ஒருநாள் மனிதனுக்கு அது (வாழ்க்கை) புரியும் என்கிற நம்பிக்கைவாதமான பதிலைப் போல் சொல்கிறார். அப்படியாக கவிதையின் உள்ளார்ந்த பொருளை நோக்கி ஒரு வாசகர் என்றாவது சென்றுவிடுவார் என்கிறார். ஒரு குறிப்பிட்ட நவீன கவிதை பேசும் அகமொழியோடு மிகச் சிறப்பாகத் தொடர்புகொள்ள சாத்தியமான ஒரு மனம் உருவாகிவரும்போது அக்கவிதை தானாகவே தன் மாயங்களை கட்டவிழ்க்கும். அது ஒரு நிகழ்தகவு... சமயங்களில் அது நிகழாமலும் போகலாம்.

ஒன்றுக்கும் மேற்பட்ட முறையும் நிகழலாம். எல்லாம் கூட்டு நனவிலியின் அனந்த கோடி விளையாட்டுகள். அதன் மாயத்தைக் கட்டவிழ்ப்பதே கவிதை.

காப்புரிமை

ஒரு தனி மனிதனின் சிந்தனை என்பது அவனின் தனிப்பட்ட சொத்தா, சமூகத்தின் சொத்தா என்று ஒரு பழைய கேள்வி உள்ளது. காலங்காலமாக இதற்கு இரண்டு தரப்புகள் உள்ளன.

வலதுசாரிகள் தனிமனிதனின் சிந்தனை என்பது அவனின் தனிப்பட்ட சொத்து என்பார்கள். இடதுசாரிகள் அது சமூகத்தின் சொத்து என்பார்கள்.

உயர்மட்ட தத்துவத்தளத்தில் இன்றும் விடையற்று நீண்டுகொண்டிருக்கும் இந்தக் கேள்விக்கு நாம் தரப்பு எடுக்க இயலுமே அன்றியும் தீர்வு சொல்ல இயலாது.

நான் இடது தரப்பைச் சேர்ந்தவன். நான் மட்டும் அல்ல பல நவீன, பின் நவீன சிந்தனையாளர்கள் இடது தரப்பைச் சேர்ந்தவர்கள்தான். குறிப்பாக, நவீன காலத்தில் கார்ல்மார்க்ஸும் பிறகு பின்நவீன சிந்தனையாளர்களான தெரிதா, டெல்யூஸ், கத்தாரி, லக்கான் மற்றும் அல்தூஸர் உள்ளிட்ட பின்னை மார்க்சியர்களும் இதே தரப்பைச் சேர்ந்தவர்கள்தான்.

சூழ்நிலைகளே சிந்தனையின் தாய் எனும் கார்ல் மார்க்ஸ் மனித சிந்தனையின் ஒவ்வொரு அசைவும் சமூகத்தின் பாதிப்பிலிருந்து உருப்பெறுகிறது என்கிறார். மானுட அகம் என்பதே எப்படி ஒரு மாபெரும் கூட்டு நனவிலியின் தனித்தனி இழையாகச் செயல்படுகிறது என்பதை லக்கான் விவரிப்பார்.

இதற்கு நேர் எதிராக வலதுசாரிவாதம் மனிதன் தனித்துவமானவன் என்று சொல்லும். ஒவ்வொரு மனிதனும் தனித் தனி தீவு. அவரவர் மூளையில் உதிப்பவை அவரவர்க்கானது. வரலாறு என்ற தற்செயலுக்கு மனித சிந்தனையைப் பாதிக்கும் ஆற்றல் உண்டே அன்றியும் தீர்மானிக்கும் உரிமை கிடையாது என்று வாதிடும்.

இன்று உலகம் முழுதும் இந்த வலது சிந்தனையின் கையே இன்றைய நிலையில் ஓங்கியிருக்கிறது. காப்புரிமை சார்ந்த விவகாரங்களில் வலதுசாரிவாதத்தின் உரையாடல்களே முன்னிலை பெறுகின்றன.

இது ஒருபுறம் இருக்கட்டும். எந்த வாதமாக இருந்தாலும் ஒருவர் சிந்தனையை இன்னொருவர் பயன்படுத்தும்போது அவரின் பெயரைக் குறிப்பிட வேண்டும் என்பது இவ்விரு தரப்புகளுமே ஏற்கும் உண்மை.

ஏன் இப்படி செய்ய வேண்டும்? அதுதான் இடதுசாரிகள் அனைத்தும் சமூகத்தில் இருந்தே எடுக்கப்பட்டது என்றுதானே சொல்கிறார்கள்... பிறகு ஏன் எழுதியவனைக் கௌரவிக்க வேண்டும்?

ஏனெனில் எல்லா உழைப்பைப் போலவே மூளை உழைப்பும் ஒரு வேலைதான். அதுவும் இச்சமூகத்தின் ஒரு விளைபொருள்தான். அது சமூகத்துக்கே பயன்படுகிறது என்ற போதும், அதனைச் செய்தவனுக்கான கூலி கொடுக்கப்பட்டே ஆக வேண்டும். ஒரு செங்கல்லைத் தயாரிப்பவனுக்கு அதற்கான கூலியைத் தருகிறோம் அல்லவா அது போல...

பிற தொழில்களில் ஒருவனிடம் வேலை வாங்கிக்கொண்டு அந்தக் கூலியைத் தர முடியாது என்று சொல்ல முடியாது இல்லையா, அதேதான் இங்கும் பின்பற்றப்பட வேண்டும்.

மக்களுக்காகத்தானே செய்கிறோம். மக்களிடம் கொண்டுபோகத்தானே செய்கிறோம். படைப்பாளியின் பெயர் ஏன் அவசியம், சேர வேண்டிய செய்தி மக்களிடம் போனால், அதனால் அவர்கள் நல்லுணர்வை, அறிவை அடைந்தால் போதாதா என்றெல்லாம் கேட்கவே முடியாது.

இப்படி யோசியுங்கள். ஒரு குயவர் யாருக்காய் பானை வனைகிறார்? ஒரு மருத்துவர் யாருக்கு சேவை செய்கிறார்? எல்லாமும் மக்களுக்குத்தானே? நிச்சயமாய் இப்பொருட்களுக்கு இவர்களின் சேவைகளுக்கு சமூகத் தேவை உண்டுதானே? சமூகத்துக்குத்தானே செய்கிறீர்கள், சும்மா கொடுங்கள் என்றா சொல்ல முடியும். அங்கு முடியாத போது ஒரு கவிஞனிடம் மட்டும் எப்படிச் சொல்ல முடியும், ஊருக்குத்தானேப்பா

போகுது.... உன் பேர் இல்லாட்டி என்ன இப்போ, விஷயம் போனா போதாதா என்று எப்படிக் கேட்க இயலும்?

ஒன்றைப் புரிந்துகொள்ளுங்கள். நான் இதைப் பலமுறை சொல்லியிருக்கிறேன். இங்கு கலைஞனாக வாழ்வது என்பது ஒரு மருத்துவராக வாழ்வது, ஆசிரியராக வாழ்வது, வியாபாரியாக வாழ்வது என்பதைப் போன்ற தொழில்சார்ந்த வாழ்வு அல்ல.

ஒரு பைத்தியமாக வாழ்வது, ஒரு குழந்தையாக வாழ்வது என்பதைப் போன்ற கதாபாத்திர வாழ்வு. அந்தப் பித்து மனநிலை இல்லாமல் இதை வாழ முடியாது.

யோசித்துப் பாருங்கள். ஆசிரியப் பணி அறப்பணி அதற்கே அர்ப்பணி என்று பெருமை பேசும் ஆசிரியர்களில் எத்தனை பேர் சேர்ந்தாற் போல் இரண்டு வருடங்கள் சம்பளம் தரவில்லை என்றால் அதை மேலும் மேலும் செய்யத் தயாராய் இருப்பார்கள்?

நெஞ்சம் விம்ம தேசப்பற்று பேசும் ராணுவ வீரர்கள் ஐந்து வருடம் வருமானம் இன்றி வாழத் தயாராவார்களா?

ஆனால், இந்த மொழியை நேசித்த ஒரு பாவத்துக்காக, அந்தப் பைத்தியத்துக்காக ஒருவன் தன் வாழ்நாள் முழுதும் ஒற்றைப் பைசா வருமானம் இல்லை என்றாலும் ஊர் தூற்ற, உறவு தூற்ற, தாய் நோக, மனைவி-பிள்ளைகள் சபிக்க தன் படைப்பு வேலையைச் செய்துகொண்டேதான் இருப்பான்.

அவன் உங்களிடம் கேட்பது என்ன, எங்காவது எதையாவது பகிர்ந்தால் அதில் என் பெயரைச் சேர்த்துச் செய்யுங்கள் என்பதுதானே? அது ஒருவகை கலாசார அங்கீகாரம். அதையே அவன் செல்வத்தைவிடவும் பெரிதாய் நினைப்பான்.

ஆனால், அதையும் தராமல் ஊர் நலனுக்குத்தானேப்பா என்று நைச்சியம் பேசுவது ஒரு முதிர்ச்சியுடைய சிவில் சமூகத்துக்கு அழகல்ல என்றே சொல்கிறேன். அவன் சொன்னது ஊர் நலனுக்காகவே இருக்கட்டும். இவ்வுலகின் ஒவ்வொரு குடிமகனின் அத்தியாவசிய நலன் பொருட்டே இருக்கட்டும். அது போய்ச் சேர வேண்டியது அவசியம், அவசரம் என்றே

இருக்கட்டும். இதை எல்லாம் சொல்லி ஒருவனின் கூலியை நீங்கள் மறுக்க முடியாது.

என் பேர் இல்லாட்டி பராவாயில்லை என்று ஒருவர் தாமாகவே சொல்வது வேறு... அது ஓர் எளிய விஷயத்தில் காட்டும் பெருந்தன்மை. அப்படிச் சொல்பவர்களுக்கு அது அவர்கள் துறையாய் இராது. ஆனால் அதைக்கூட ஒரு கூருணர்வுள்ள சமூகம் செய்யக் கூடாது என்றே சொல்வேன்.

இலக்கிய விமர்சனம் செய்வது எப்படி?

சிக்கன் டிக்கா செய்வதற்குச் சிக்கன் முக்கியம் என்பது போல இலக்கிய விமர்சனம் செய்வதற்கு இலக்கியம் முக்கியம் என்று நீங்கள் நினைத்திருந்தால் அது தவறு. மேலும், கவிதை எழுதும் அனைவரும் கவிஞராக இருக்க வேண்டும் என்ற அவசியம் இல்லை என்பதைப் போலவே இலக்கிய விமர்சனம் எழுதும் அனைவரும் இலக்கிய விமர்சகராக இருக்க வேண்டியதும் இல்லை.

ஒரு பிரதி (என்ன கருமம் இது) எப்படி இருந்தாலும் அது விமர்சனத்துக்குத் தகுதியானதே என்பதாலும் நீங்கள் விமர்சிப்பதாலுமே இலக்கிய அந்தஸ்து அதற்கு உருவாகிறது என்ற தத்துவத்தை நீங்கள் புரிந்துகொள்ள வேண்டும்.

பிரதியைத் (மறுபடியும் என்ன கருமம் இது) தேர்ந்தெடுப்பது மிகவும் முக்கியம். பிரதியைத் தேர்ந்தெடுக்க சில வழிகள் உள்ளன. தினமும் உங்களை வந்து சந்திக்கும் பால்காரர் தரும் பாலட்டை, தினமும் உங்களை வந்து சந்திக்கும் பேப்பர்காரர் தரும் பேப்பர், தினமும் உங்களை வந்து சந்திக்கும் இலக்கியச் சீடர் அல்லது சீடி (பெண்பால்) தரும் கவிதைத் தொகுப்பு அனைத்துமே பிரதிதான் எனவே எது குறித்தும் நீங்கள் எழுதலாம். இப்படி நீங்கள் எதை எழுதினாலும் அனைத்துமே இலக்கிய விமர்சனமே... (அதெப்படி என்று கேட்கக் கூடாது, பதில் மேலே உள்ளது)

இதைத் தவிர பிரதியைத் தேர்ந்தெடுக்க இன்னொரு முறை உள்ளது. அதை எழுதிய நபர் எல்லோரும் கேள்விப்பட்ட யாருமே படிக்காத முக்கியமான நபராக இருப்பது அவசியம். பொதுவாக, இவ்வகை ஜீவராசிகள் சற்று அரிதாகவே தமிழ்நாட்டில் காணப்படுகின்றன. ஆனால், அப்படி ஒரு பீஸ்

கிடைத்தால் உங்களுக்கு குபேர ராஜயோகம் உள்ளது என்று பொருள். ஆனால் தேடினால் கிடைக்காததும் உண்டாமோ?

ஒரு முக்கியமான நபர் எப்படி முக்கியமான நபராக ஆகிறார் என்ற கேள்வி இங்கு அநாவசியம். நம் ஊரில் எந்த கந்தசாமி மகன்? எந்த முனுசாமி மகன்? என்று கேட்கும் ஞானம் கிஷ்மு தொடங்கி யாருக்குமே இல்லை என்பதால் அதைப் பற்றி அலட்டிக்கொள்ள வேண்டாம். ஒரு முக்கியமான நபர் தன்னளவிலேயே முக்கியமான நபராகிறார் என்பதால் முக்கியமான நபர் என்று உங்களுக்கு அறிமுகமாகிறவரை ஏன் முக்கியமான நபர் என்ற விசாரணை இன்றி நீங்கள் தேர்ந்தெடுக்க வேண்டும்.

பிரதி இதுதான் எனத் தேறிய பின் விமர்சனத்துக்கான கருவிகள் (விமர்சனக் கருவிகள் கொடூர ஆயுதங்கள் அல்ல சொற்கள்தாம் அச்சம் வேண்டாம்) எதுவெனத் தீர்மானிக்க வேண்டும். பொதுவாக, விமர்சனக் கருவிகள் மேல் நாட்டில் இருந்து இறக்குமதி செய்யப்பட்டதாக இருத்தல் நலம்.

சுதேசி மனோபாவம் உடையவர்கள் தொல்காப்பியத்தின் திணை மரபு, பாணினியின் காவிய மரபு என்று ஆரிய திராவிட மரபுகளை தனித்தனி கருவிகளாகவோ இரண்டையும் கலந்துகட்டி இரட்டைக்குழல் துப்பாக்கியாகவோ பயன்படுத்தலாம், அதெல்லாம் உங்கள் திறமையைப் பொருத்தது.

பொதுவாக, விமர்சனக் கருவிகளைப் பயன்படுத்துவது எளிதன்று. கூரான கத்தி போன்ற கருவியைக் கடினமான தோல் உறையில் வைத்து எடுத்துச்செலவதைப் போல கூரான விமர்சனக் கருவியை கடினமான சொற்களைக் கொண்டுதான் எடுத்துச் செல்ல வேண்டும். உதாரணத்துக்கு, 'பழமையின் பாசியடர்ந்த மஞ்சள் வண்ண சொற்களாக உதிரும் மன அடுக்குகளில் ஃப்ராடிய லக்கானிய சொல்லாடல்களின் உள்மடிப்புகள் அரக்கு வண்ண மெழுகாக உருகி பிரதி எங்கும் விரவுகிறது' என்று சொல்லலாம்.

ஆசிரியனின் மரணம் என்ற ஒன்றுண்டு. பழனி மலையின் அடிவாரங்களில் சிட்டுக்குருவி லேகியத்துக்கான துண்டுச்

சீட்டுகள் கிடைக்கின்றன. சேலம் பஸ் ஸ்டேண்டின் ஈசானி மூலையில் உள்ள கட்டணக் கழிப்பறையில் மூலம் பௌத்திரம் நோட்டீஸ்கள் கிடைக்கின்றன. அரசு அலுலக வாசல்களில் ரேஷன் கார்டு வாங்கவும் முகவரி மாற்றவுமான ஃபார்ம்கள் கிடைக்கின்றன. இவை போலவே வங்கியின் டெபாசிட் செலான்கள், ரயில்வே ரிசர்வேஷன் ஃபார்ம்கள், எல்.கே.ஜி புத்தகத்தின் ரைம்ஸ்கள் இப்படி நிறைய உள்ளன. இவை எல்லாம்தான் கொலைக் கருவிகள். இவை அனைத்தையும் அரைத்து விஷ மூலிகையாக்கி விமர்சனக் கருவியில் தோய்த்து நேராக ஆசிரியனின் நெஞ்சில் சொருகுங்கள், அவ்வளவுதான். இதுதான் ஆசிரியனின் மரணம்.

புறநானூறு.. அகநானூறு.. தொல்காப்பியம் போன்ற இலக்கண இலக்கிய நூல்களை ஒத்த நூல்கள் சமகாலத்தில் ஏன் உருவாக்கப்படவில்லை..

பெரிய தம்பி

புறநானூறும் அகநானூறும் இலக்கிய (கவிதை) நூல்கள் இலக்கண நூல்கள் அல்ல. தொல்காப்பியம்தான் இலக்கண நூல். ஆனால், இன்றைய புரிதலில் சொல்வதானால் அது வெறுமனே மொழி இலக்கணத்தை மட்டுமே பேசவில்லை. தொல்காப்பியம் போல ஒரு நூலை இனி எழுதுவது சிரமம். ஏனெனில் அதன் உள்ளடக்கம் இன்று மொழியியல், குறியியல், இலக்கியக் கோட்பாடுகள், சமூகவியல், மானுடவியல், சூழலியல் என்று பல தரப்பட்ட துறைகளாக சிதறிக்கிடக்கின்றது. இந்த ஒவ்வொன்றுமே அதனதன் அளவில் பெரும் கடல்கள். இந்த எல்லாவற்றையும் தொகுத்து ஒரு நூலாக ஒருவர் எழுத வேண்டும் என்பது இயலாத காரியம் என்பது ஒருபுறம் இருக்கட்டும். இன்றைய உலக மானுட அறிவுநிலைக்கு அது தேவையும் இல்லாத காரியம். தொல்காப்பியம் சொல்லும் சொல்லதிகாரம், எழுத்ததிகாரம், யாப்பு போன்றவை குறித்தெல்லாம் நவீன மொழியியல் வாசிப்புகள் பல்கலைக் கழக அளவில் ஓரளவு நடந்துகொண்டுதான் இருக்கின்றன. சசூர் முதல் தெரிதா வரையிலான மொழியியல், குறியியல் சிந்தனையாளர்களின் நவீன, பின்நவீன மொழியியல் சிந்தனைகளைத் தொல்காப்பியத்தோடு ஒப்பிட்டு எழுதப்பட்ட கட்டுரைகளை வாசித்திருக்கிறேன். அவற்றின் வறட்டுத்தனமான நடையையும் கடந்து அவை முக்கியமானவைதான். அதே சமயம் இந்த திசையில் மிகச் சிறந்த நூல் ஒன்று இன்னமும் வரவில்லை என்றுதான் சொல்ல வேண்டும். மொழி மற்றும் குறி சார்ந்து தத்துவார்த்தமாகவும் இயங்கியலாகவும் சிந்திக்கும் திறனுடைய இலக்கியமும் சமூகவியலும் அறிந்த ஓர் எதிர்கால ஆய்வறிஞனுக்காக அந்த நூல் காத்துக்கொண்டு இருக்கிறது. அது நடந்தால் நல்லதுதான். நடக்கட்டும்.

இளங்கோ கிருஷ்ணன்

வைதீகம் X அவைதீகம்

இந்திய வரலாறு என்பதே வைதீகத்துக்கும் அவைதீகத்துக்கும் எதிரான போராட்டம்தான். இந்த சொல்லாடலை கவனியுங்கள். வைதீகம் என்பதே மையம் போலவும் அதற்கான மாற்று உரையாடல்களே மற்ற யாவும் என்பதைப் போல அமைந்திருக்கிறது அல்லவா?

சமண, அசமண என்றோ பௌத்த, அபௌத்த என்றோ, சார்வாக, அசார்வாக என்றோ ஏன் இந்தச் சொல்லாடல்கள் இல்லை. புலால் உண்பவர்கள் அதிகம் உள்ள ஒரு தேசத்தில் புலால், அபுலால் என்ற பிரிவினை இல்லை. ஆனால் மரக்கறி மட்டுமே உண்போர் சிறுபான்மையினராய் இருந்தாலும் சைவம், அசைவம் என்று அவர்களை மையமிட்டே சொல்லாடல் இருக்கிறது. இப்படி கலைச் சொல்லாக்கம் முதல், சிந்தனைப் பரப்பின் முக்கியமான பக்கங்கள் வரை இந்த வைதீக, அவைதீக முரண்கள் வைதீக மையமாய் கட்டமைக்கப்பட்டுள்ளன.

நுண்ணுணர்வுள்ள ஒருவன் முதலில் இந்த முரண் அடையாள அரசியலைத்தான் காண்பான். தத்துவம், கலையியல், அழகியல் கோட்பாடுகள், சமூகவியல், அரசியல் கோட்பாடுகள் என ஒவ்வொன்றிலும் இந்த முரண்பாடு எப்படித் தொழிற்படுகிறது, அது எவ்வாறு வைதீகச் சார்புடையதாய் இருக்கிறது என்பதைப் புரிந்துகொள்ள வேண்டியது அறிவுள்ள ஒருவனின்/ ஒருவளின் கடமை.

சமூகத்தில் பொது அறம் என்றும், அரசியலில் பொது நலம் என்றும் கலை இலக்கியங்களில் பொது அழகியல் என்றும் முன்வைக்கப்படும் கருத்தியல்களில் உள்ள அவைதீக மையச் சிந்தனைகள் என்னென்ன என்பதைப் பொருட்படுத்தாமல்

சமூகவியல், ஜனநாயகம், கலையியல், அழகியல் என்றெல்லாம் நாம் பேசிக்கொண்டிருப்பதில் ஒரு பொருளும் இல்லை.

இந்தியாவின் மையச் சிக்கலே வைதீகம் முன் வைக்கும் மானுட மறுப்புச் சிந்தனைகளுக்கும் அவைதீகத்தின் ஜனநாயக ஆதரவு மானுட மைய சிந்தனைகளுக்கும் இடையே உள்ள முரண் உறவுதான்.

போன மூன்று நூற்றாண்டுகளில் ஐரோப்பாவில் உருவாகி உலகம் முழுதையும் வியாபித்திருக்கும் மானுட மையச் சிந்தனைகளை முடக்கி வரலாற்றைப் பின்னால் இழுத்துச் செல்வதைச் செயல்திட்டமாகக் கொண்டிருக்கும் வலது சிந்தனைக் குழுக்களுக்கு நவீன கலைஞர்கள்தான் முக்கிய வாகனம் என்பதை நாம் மறந்துவிடக் கூடாது.

நமக்கான புதிய அழகியலை, புதிய கலையியல் கோட்பாடுகளை நாம்தான் உருவாக்க வேண்டும். இந்தப் புரிதலை நோக்கியே நான் எப்போதும் உழைத்துக் கொண்டிருக்கிறேன். தத்துவம், வரலாறு, இலக்கியம் என நான் ஒவ்வொன்றிலும் இந்தப் புரிதலோடே நுழைகிறேன். என் விமர்சன மரபு இதை மையமாகக் கொண்டதுதான்.

தெரிதா சொல்வது போல் உலக மானுடப் பெருந்திரட்டு என்ற ஒன்று அழகியலில் இனி நிகழுமானால் அது பன்மைகளின் தொகுப்பாகவே இருக்கும். பலதரப்பட்ட மானுட மைய, ஜனநாயக அழகியல்களின் ஒன்றுகூடலாகவே இருக்கும். அதை நோக்கி ஓடுவதே நம் காலத்தின் தேவை.

அரதி

கடந்த பத்து வருடங்களாக முகநூலில் என்ன செய்திருக்கிறேன் என்று புரட்டிப் பார்த்துக்கொண்டிருந்தேன். அவ்வப்போது உருப்படியான விஷயங்கள் நிறைய எழுதியிருக்கிறேன். இலக்கியம், தத்துவம், வரலாறு தொடர்பான பதிவுகள். சிலது எல்லாம் விரிவான கட்டுரைகள் ஆக்கியிருக்க வேண்டிய அவதானங்கள். சில உயர்தள உரையாடலின் எளிய, மேலோட்டமான வெளிப்பாடுகள். இப்படியான விஷயங்கள் என் விருப்பத்திற்குரியன. இவற்றை எழுதியதற்காக மகிழ்ச்சியடைகிறேன். கிட்டதட்ட திருவோட்டுத் தட்டில் தங்கக் காசு வீசுவதைப் போன்ற காரியமிது. ஆனால் அதை மனமுவந்தே செய்திருக்கிறேன்.

இதற்கடுத்தபடியாக அவ்வப்போதைய சூழலின் அரசியல், சமூக விஷயங்களுக்கான எதிர்வினைகள். ஒரு சிவில் பொறுப்புமிக்க கலைஞனாக இதைச் செய்ய வேண்டும். சமூக விஷயங்களில் பங்கேற்க வேண்டும் என்பது என் இளவயது நிலைப்பாடுகளில் ஒன்று. இன்றும் அந்தக் கருத்தில் மாற்றமில்லை என்பதால் அப்படியான பதிவுகள் மேல் ஒருவகை திருப்தியே உள்ளது. எதிர்காலத்திலும் இவற்றைத் தொடரவே செய்வேன்.

மூன்றாவதாக விளையாட்டுத்தனமான பதிவுகள், பகடிகள், நகைச்சுவைகள், மேலோட்டமான கருத்துக்கள், மன அழுத்தம் மிக்க தருணங்களின் எரிச்சலான வெளிப்பாடுகள், சராசரி முகநூல் குப்பைகள். இவற்றை நிறைய எழுதியிருக்கிறேன். சொல்லப்போனால் முன்னிரண்டை விடவும் இவை எண்ணிக்கையில் அதிகமாகவும் இருக்கக்கூடும். நிஜமாகவே இவற்றை எழுதியதற்காக வருந்துகிறேன். ஓர் உண்மையை

வெட்கமின்றி ஒப்புக்கொள்வதென்றால் நேரத்தை வீணடித்திருக்கிறேன். என் ஆற்றல்களை, நேரத்தை, செல்வத்தை இந்தப் பொருளின்மையில் கரைத்திருக்கிறேன்.

இது ஏன் நிகழ்ந்தது என்று யோசிக்கிறேன். அரதி. அதுதான் காரணம். கலைஞர்களுக்கு ஏற்படும் மனச்சோர்வு. இது ரைட்டர்ஸ் ப்ளாக் அல்ல. எழுத்தின் நுட்பம் முடங்கும்போது அதை எப்படி சரியாக்குவதெனத் தெரியாத அறியாமையின் சோர்வு. அறிவு உருவாக்கும் திகைப்பின் மனத்தடங்கல். அறிவு உருவாக்கும் சோம்பல் என்று ஒன்று உண்டு. அது ஈகோவின் சலிப்பில் வருவது. அங்கிருந்துதான் எரிச்சல் பிறக்கிறது. அங்கிருந்துதான் எள்ளல் பிறக்கிறது. அங்கிருந்துதான் எகத்தாளம் பிறக்கிறது. அங்கிருந்துதான் மற்றமை மீதான பொருட்டின்மை பிறக்கிறது. இது சிக்கலானது மட்டுமில்லை. கீழ்மையானது. ஆபத்தானது. எதிர் மானுடமானது. ஒரு கலைஞன் இதைக் கடந்து வராவிடில் பெரும் அபத்த களஞ்சியமாகிவிடுவான். கண் முன்னே நிறைய உதாரணங்கள் தோன்றுகின்றன. ஆனால் இதை வாசிக்கும் உங்கள் யூகத்துக்கே விட்டு முன் நகர்கிறேன்.

அரதியை கதிரைவேல் பிள்ளை அகரமுதலி வெறுப்பு என்கிறது. அது வெறுப்பும்தான். ஆனால் அந்த வெறுப்பு ஆர்வமின்மையிலும், சலிப்பிலும் இருந்து வருகிறது. ஆர்வமின்மையும் சலிப்பும் சராசரித்தனங்களில் சுவாரஸ்யமின்மைகளில் படைப்பூக்கம் இல்லாத நிலைகளில் இருந்து உருவாகிறது. எதில் படைப்பூக்கம் இல்லையோ, எது வழமையோ, எது க்ளிஷேவோ, எது வியப்புகளற்றதோ, எது அன்றாடமானதோ, எது புதிதற்றதோ அது ஆர்வமூட்டாதது. அது சலிப்பைத் தருவது, அந்த சலிப்பிலிருந்தே வெறுப்பு உருவாகிறது. இந்த மனநிலையே அரதி.

ஆயுர்வேதம் அரதியை மனச் சிக்கல் என்கிறது. மனதில் தோன்றி உடலை முடக்கும் ஒரு கோளாறு. ரதி என்பதன் எதிர் சொல் அரதி. ரதி என்பது அழகு, காமம், இளமை, படைப்பூக்கம், வாழ்வதற்கான பெருவேட்கை. இவ்வுலகின் ஒவ்வொரு உயிரிலும் ரதியுள்ளது. வாழ்வின் மீதான ஆர்வமே ரதி. வாழ்வின் மீதான சோர்வு அரதி.

அரதி படைப்பூக்கம் உறையும் கணத்தில் தொடங்குகிறது. இனி என்ன புதிதாய்ச் செய்ய என்ற திகைப்பில் பிறக்கிறது. அறிவு அல்லது கலையின் மீதான அப்பியாசம், புதிதாய் ஒன்றைச் சிருஷ்டிப்பதில் இருக்கும் சவாலை உணர்த்தும்போது அச்சம் உருவாகிறது. தொடர்ந்து கிளிஷேக்களையே உருவாக்கும்போது சோர்வு உருவாகிறது. அரதி உருவாகிறது. இதே கிளிஷேக்களை மற்ற படைப்புகளில், செயல்களில் காணும் கலைஞன் சலிப்பும் எரிச்சலும் கொள்கிறான்.

அதை விஷமாய் அவன் சூழலில் இறைக்கிறான். ரதியை இழக்கும் கலைஞன் ஒரு விஷ ஜந்து. பால் திரிந்து விஷமாவதைப் போன்ற மனநிலை அது. முகநூல் போன்ற வெளிகள் அந்த ஆலகாலத்தைக் கொட்டுவதற்கான சரியான ஏற்பாடு. தன் இறந்த கால அற்புதங்களின் நிழலில் அமர்ந்துகொண்டு ஒரு கலைஞன் இங்கு அதை விண்டு விண்டு கொடுக்கலாம். இங்கு அப்படியான விஷங்களின் பாற்கடல்களே இருப்பதால் யாருக்கும் அது தெரியப்போவதில்லை.

அரதியின் இன்னொரு பண்பு மனதை வெறுமனே வைத்துக்கொண்டிருத்தல். அதாவது எந்தக் காரியமும் தீவிரமாய்ச் செய்யாமல் அப்படியே பட்டும் படாமல் சூழலில் பங்கெடுத்தல். அங்கு இருக்கும் லௌகீகத்தின் இயல்பில் அதே லௌகீகமாய் புழங்குதல். இது கொஞ்சம் தீங்கற்றது என்றாலும் ஒரு கலைஞனை மிகச் சராசரியாய் மாற்றிவிடுவது. சிலர் இந்த நிலை தாங்காமல் ஓடிப்போய் குடியில் விழுகிறார்கள்.

ஒரு கலைஞனாக நான் அரதிக்கு அஞ்சுகிறேன். முகநூல் போன்ற வெளிகளை தன் கலைச் செயல்பாட்டுக்கு வெளியே இப்படியான கீழ்மைகளுக்குப் பயன்படுத்துவதைப் பற்றி நான் மறுபரிசீலனை செய்ய வேண்டும் என்று நினைக்கிறேன்.

உயர்வான, உருப்படியான விஷயங்களை மட்டுமே முகநூலில் எழுத வேண்டும் என்பது என் தொடக்க நாள் தொட்டு விருப்பம். ஆனால், வெட்கத்தைவிட்டு ஒப்புக்கொள்வதென்றால் நான் அதில் மிக மோசமாகச்

சறுக்கியிருக்கிறேன். முகநூலுக்குள் நுழைந்தபோதே இசை உள்ளிட்ட பல நண்பர்கள் என் படைப்பில் அது நிகழ்த்த சாத்தியமான பாதிப்பைப் பற்றி பேசியிருக்கிறார்கள். நான் அப்போதெல்லாம் மிகுந்த மன தைரியத்துடன் அவர்களைப் பகடி செய்திருக்கிறேன். என் இயல்பு, சுபாவம் எதிலும் மாறாது என்றே நம்பினேன். நீட்ஷேவின் ஜரதுஸ்ட்ரா தன் தனிமையில் போதுமான அளவு நிரம்பி மீண்டும் மலையிலிருந்து கீழே தன் மக்களைக் காண வருவதைப் போலே என்னைப் போலிக் கற்பிதம் செய்திருக்கிறேன். ஆனால், அதில் எதுவும் உண்மையில்லை. இந்த வெளி மெல்ல உங்களை தன் சுபாவத்திற்கேற்ப மாற்றக்கூடியது. ஒரு படைப்பாளி இதற்கு அஞ்சத்தான் வேண்டும். ஏனெனில், அஞ்சுவது அஞ்சாமை பேதைமை.